ஆண்டாள் பாடல்கள்

ஆண்டாள் பாடல்கள்

திருப்பாவை, நாச்சியார் திருமொழி

தொகுப்பும் உரையும்
ந.முருகேசபாண்டியன்

டிஸ்கவரி புக் பேலஸ்

கே.கே.நகர் மேற்கு, சென்னை - 600 078.
(பாண்டிச்சேரி கெஸ்ட் ஹவுஸ் அருகில்)
Ph: 044 - 4855 7525 Mobile: +91 87545 07070

ஆண்டாள் பாடல்கள்
ஆசிரியர்: **ந.முருகேசபாண்டியன்**©

Aandal Paadalgal
Author: **N.Murugesapandiyan**©

First Edition: August - 2019
Pages: 112 - ISBN: 978-81-942420-7-9

Published by :

Discovery Book Palace (P) Ltd,
6, Mahaveer Complex, Munusamy Salai,
K.K.Nagar West, Chennai-600 078.
Ph: +91 44 48557525
Mobile: +91 87545 07070

E-mail: **discoverybookpalace@gmail.com,**
Website: **www.discoverybookpalace.com**

Rs. 100

உங்கள் மொபைல் போனிலிருந்து ஸ்கேன் செய்து டிஸ்கவரி புக் பேலஸின் மொபைல் ஆப்பை டவுன்லோடு செய்து, புத்தகங்களை வாங்குங்கள்.

இந்த நூலில் பிரசுரமாகியுள்ள எந்த ஒரு பகுதியையும் பதிப்பாளரின் எழுத்துப்பூர்வமான முன்அனுமதி பெறாமல் எடுத்தாள்வதோ, மறுபிரசுரம் செய்வதோ, மொழியாக்கம் செய்வதோ, அச்சு மற்றும் மின்னணு ஊடகங்களில் மறுபதிப்புச் செய்வதோ, காப்புரிமைச் சட்டப்படி தடை செய்யப்பட்டுள்ளது. இந்த நூலிலிருந்து குறிப்பிட்ட பகுதிகளை மேற்கோள்காட்டி புத்தக விமர்சனம் செய்ய, ஊடகங்களுக்கு மட்டும் அனுமதி உண்டு.

தொகுப்புரை

இரண்டாயிரமாண்டுகளாகத் தமிழ் என்ற சொல்லினால் அடையாளப்படுத்தப் படுகிற நாகரிகம், பண்பாடு, அரசியல் போன்றவை இன்றளவும் காத்திரமாகத் தொடர்கின்றன. தமிழ் மொழிதான் எல்லாவற்றையும் கட்டமைக்கிறது என்ற புரிதல் ஒருபுறம் வலுவடைந்து வருகிறது. அதே வேளையில், உலகமயமாக்கல் காலகட்டத்தில் கார்ப்பரேட்டுகளின் நலன்களுக்காகத் தமிழ் போன்ற தொன்மையான மொழிகளின் அடையாளத்தை அழித்திடும் முயற்சியும் பல்வேறு வழிகளில் நடைபெறுகிறது. உன்னதமான தொழில்நுட்பம், உயரிய தகவல்தொடர்பு, விரைவான போக்குவரத்து என வெளிப்படையாக முன்னிலைப் படுத்தப்படுகிற உலகமயமாக்கல், புதிய பண்பாட்டுப் போக்குகளையும் அறிமுகம் செய்கிறது. அது, பொருளாதாரம் மட்டுமின்றி இலக்கியம், பண்பாடு, இயற்கை என அனைத்துத் தளங்களிலும் ஆளுகை செலுத்த முயலுகிறது. உலக மக்களை ஒற்றைக் கூரையின்கீழ் கொண்டுவர முயன்று கொண்டிருக்கிற உலகமயமாக்கல், நுகர்வுப் பண்பாட்டினை வலியுறுத்துகிறது.

ஆடம்பரப் பொருட்களை அத்தியாவசியமானவை என்று உருவாக்கப்படுகிற பிரேமையால் மக்களின் அன்றாட வாழ்க்கை பாதிப்பிற் குள்ளாகிறது. கார்ப்பரேட்டுகளுக்குச் சார்பாக உருவாக்கப்படும் புதிய பண்பாட்டுத் தளங்களினால், இரண்டாயிரமாண்டுப் பாரம்பரியமான தமிழ் மொழியும், தமிழர் பண்பாடும் சிதைவடைய நேரிடும். பழமையானவை நடப்பினுக்குப் பொருத்த மற்றவை, தேவையற்றவை என உருவாக்கப்படுகிற கருத்தியல்கள், மொழியின் தனித்துவத்தை அழிக்கும் வல்லமையுடையன.

இன்னொருபுறம், காட்சி ஊடகங்கள் வம்புப் பேச்சுகளையும், கேளிக்கைகளையும் மட்டும் முன்னிலைப்படுத்தி, அரசியலற்றதன்மையை உருவாக்குகின்றன. இணையகமும், தகவல் தொடர்பும் மனித மாண்புகளைச் சீரழிக்கிற போக்குகளுக்கு முன்னுரிமை தருவதன்மூலம் ஆடம்பரமும், அற்பத்தனமும், மேனாமினுக்கித்தனமும், சுயநலமும் எங்கும் பரவலாகியுள்ளன. ஸ்மார்ட் போன்களின் திரைகளில் மூழ்குவதுடன் 24 மணிநேர Breaking News காண்கிறவர்களின் அசலான சுயசிந்தனை பாதிப்பிற்குள்ளாகியுள்ளது. உணவு, உடை, இருப்பிடம், ஆன்லைன் வணிகம் என எல்லாவற்றிலும் அந்நியச் சந்தையினால் ஈர்க்கப்படுகிற இளைய தலைமுறையினருக்குத் தமிழ் மொழியானது அந்நியமாகத் தோன்றிட வாய்ப்புள்ளது. ஒருவனின் பிரக்ஞையிலிருந்து மொழி பற்றிய உணர்வை அகற்றிவிட்டால், பின்னர் கார்ப்பரேட்டுகளுக்குச் சாதகமான உடல்களை உருவாக்குவது எளிதாகிவிடும். குறிப்பாகப் பெண்ணுடல்கள் முழுக்கப் போகப் பொருளாக்கிடும்வகையில் சந்தைக்கானதாக

மாற்றப்படுகிறது. இதுவரை தமிழ்ச் சமூகம் பல்லாண்டுகளாகக் கண்டறிந்து, உருவாக்கி வைத்திருக்கும் விழுமியங்களை அழிப்பதன்மூலம் எல்லாம் சந்தைக்கானதாக மாற்றமடையும். சுருங்கச் சொன்னால், உலகமயமாக்கல் என்ற பதாகையின் பின்னர் உடலால் இந்தியனாகவும், மனதால் அமெரிக்கனாகவும் வாழ்கின்ற உடல்களைத் தயாரிப்பதற்கு இலக்கியமும் பயன்படுத்தப்படுகிறது என்பது கசப்பான உண்மை. இத்தகு சூழலில், தமிழ் மொழியை முன்வைத்துப் பேச்சுகளை உருவாக்கவேண்டியுள்ளது சங்ககாலம், பொற்காலம் என்று வீண் பெருமைகொள்ளாமல், தமிழ்ப் படைப்புகளை இளைய தலைமுறையினருக்கு அறிமுகப்படுத்தும் நோக்கில் பழந்தமிழ்ப் படைப்புகளைத் தொகுத்து வெளியிடும் முயற்சியில் இரண்டாவதாக 'ஆண்டாள் பாடல்கள்' நூல் பிரசுரமாகிறது.

சங்க காலத்தில் 41 பெண்கள் கவிதை எழுதுமளவு கல்வியறிவு பெற்றிருந்த நிலை, பிற்காலத்தில் பெரும் வீழ்ச்சியடைந்தது. திருக்குறள் முதலான நீதி நூல்கள் பெண்களுக்குத் தாராளமாக அறிவுரை வழங்கின. பெண்ணுடல்மீது தொடர்ந்து அதிகாரம் செலுத்தித் தனது ஆளுகையைத் தக்கவைத்துக் கொள்வதற்காக ஆண்கள் உருவாக்கிய பொதுப்புத்தி முக்கியமானது. கி.பி.7ஆம் நூற்றாண்டில் புனிதவதி என்ற காரைக்கால் அம்மையாரும், கி.பி.9ஆம் நூற்றாண்டில் ஆண்டாளும் மட்டுமே பெண் கவிஞர்களாகத் தனித்து விளங்குகின்றனர். சங்க காலத்தில், கவித்துவ வீரியமுடன் அழுத்தமாகத் தடம் பதித்திருந்த பெண் கவிஞர்களின் மரபு ஏன் அறுபட்டது? பெண்ணின் இருப்பினை வீட்டிற்குள் முடக்கிடுமாறு சமூக நிலைமையில்

மாற்றங்கள் தோன்றியதற்கான காரணங்கள் ஆய்விற்குரியன. சங்க காலத்தில் நிலவிய சமூக அமைப்பு முறையானது, பக்தி இயக்கக் காலகட்டத்தில் முற்றிலும் மாறுபட்டுவிட்டது. பெண்ணின் புழங்குவெளி மறுக்கப்பட்டதுடன், உடல்ரீதியாகக் குறுக்கப்பட்டுக் குடும்பம் என்ற வரையறைக்குள் ஒடுக்கப்பட்டாள். தொடர்ந்து நிலத்தைக் கைப்பற்றுவதற்காக ஆண்கள் நடத்திய போர்கள் காரணமாகப் 'பெண்' என்பவள், ஆணின் பாதுகாப்பில் அடங்கியொடுங்கி இருக்கவேண்டியவள் என்ற நிலைமை ஏற்பட்டது. பெண்களுக்குக் கல்வி மறுக்கப்பட்டு, பெண்ணுடல் வெறுமனே ஆணின் கேளிக்கைக்கான துய்ப்பு நிலமாக மாற்றப்பட்டது. சமூக மதிப்பீட்டில் பெண் இரண்டாந்தரமானவளாகப் பாலினரீதியில் ஒடுக்கப்பட்டது, சமூகக் கொடுமை. இத்தகு சூழலில், ஒப்பிட்டுக் காணும்போது காரைக்கால் அம்மையார், ஆண்டாள் ஆகிய இருவரின் சிறப்புகள் புலப்படுகின்றன. சமயம் தொடர்பான நிலையில் இசைப்பாடல்கள் வடிவில் மக்களிடையே பிரபலமாக இருந்தமையினால்தான் இவ்விரு கவிஞர்களின் பாடல்களும் காலத்தைக் கடந்து தமக்கான இடத்தைத் தக்கவைத்துள்ளன என்று கருத இடமுண்டு.

காரைக்கால் அம்மையாருக்குப் பின்னர் இரு நூறு ஆண்டுகள் கழித்துத் தமிழில் கிடைக்கிற பெண் கவிதைகள் ஆண்டாள் எழுதியவை மட்டும்தான். வைணவப் பின்புலத்தில் வாழ்ந்த ஆண்டாள், திருவில்லிபுத்தூர் ஊரில் வாழ்ந்த பெரியாழ்வாரால் நந்தவனத்தில் கண்டெடுக்கப்பட்டு வளர்க்கப் பெற்றவர். மிகவும் இளம் வயதிலிருந்து கண்ணன் பற்றிய புராணக் கதைகளைக் கேள்விப்பட்டு வளர்ந்த ஆண்டாளின் மனத்தினுள் கண்ணன் பற்றிய

பிம்பம் ஆழமாகப் பதிவாகிறது. கண்ணன்மீதான பக்தி, ஒருநிலையில் அவன்மீதான காதலாகவும் காமமாகவும் மாறுகின்றது. கண்ணனுடன் உடல்ரீதியாகப் பாலுறவுகொள்ள வேண்டும் எனத் தவித்துத் துடிக்கும் பெண்ணின் குரல், ஆண்டாளின் கவிதை வரிகளில் வெளிப்பட்டுள்ளது. மானுடப் பெண்ணான ஆண்டாளுக்கும், அமானுட ஆற்றலான கண்ணனுக்குமிடையிலான உறவு வேண்டி, ஏக்கத்தையும், பாலியல் விழைவையும் செறிந்த மொழியில் மனதைத் தொடுவதாகக் கவிதை வரிகள் எழுதப்பட்டுள்ளன. இறையனுபவம் காதலாகவும், காமமாகவும் மாறிக் கசிவது, புனைவின் உச்சமாக ஈரம் கசிந்திடும் கவிதை வரிகளாகியுள்ளன.

ஆண்டாள் எழுதிய திருப்பாவை, நாச்சியார் திருமொழி ஆகிய இரு படைப்புகளும் இறைவனான கண்ணனின் சிறப்புகளைக் கூறுவதெனினும், பெண்ணின் மனவேட்கையையும் விழைவையும் வெளிப்படுத்துகின்றனவாக உள்ளன என்றும் மறுவாசிப்புச் செய்யலாம்.

இறைவனைப் போற்றி ஒரேமாதிரியான கருத்தமைப்பில் ஆண் அடியார்கள் எழுதியுள்ள பதிகங்கள்/பாசுரங்கள் போன்றவற்றுடன் ஒப்பிடும் போது, ஆண்டாளின் தனித்துவத்தைப் புரிந்து கொள்ள முடியும். இறைவனின் தோற்றம், தொன்மம், புராணக் கதைகள், ஜைன சமய எதிர்ப்பு என, ஒருவகைப்பட்ட மாதிரியாக எழுதப்பட்ட தேவாரப் பதிகங்கள் கூறியதுகூறலாக வாசிப்பில் அலுப்பை ஏற்படுத்தக்கூடியன. இத்தகைய சூழலில், ஆண்டாளின் கவிதை மொழியானது பெண்ணின் அசலான குரலில் வெளிப்பட்டுள்ளது. 'கீசுகீசு' என்ற ஆனைச்சாத்தன் பறவையின் ஒலியும், தயிர்

கடையும் மத்தின் ஓசையும் என விரியும் ஆண்டாளின் உலகம் புனைவுகளுக்கு இட்டுச் செல்லக்கூடியது. எண்பதுகளின் தொடக்கத்தில், திருவில்லிபுத்தூர் நகருக்குக் காலைவேளையில் சென்றபோது, எங்கும் ஆண்டாளின் மணம் வீசுவதாகத் தோன்றியது. கண்ணுக்குப் புலப்படாதவகையில் ஆண்டாள் எங்கோ தெருக்களில் நடந்துகொண்டிருப்பதாகக் கற்பனை செய்துகொண்டேன். திருப்பாவை பாடல்களின்வழியாக எனக்குள் படிந்திருந்த ஆண்டாள் பற்றிய மனவுணர்வுகள் அந்த ஊரில், என் மனதில் சலனத்தை ஏற்படுத்தின. கவிதையின்வழியே ஆண்டாள்பற்றிய பிம்பம் எனக்குள் ஏற்படுத்திய பதிவுகள் அற்புதமானவை. நண்பர் கோணங்கி, ஆண்டாள்மீதான ஈடுபாடு காரணமாகத் திருவில்லிபுத்தூரை வைத்து நவீனப் புனைகதை எழுதியுள்ளார். அந்தக் கதையின் விவரிப்பு முறையானது, வாசிக்கிற எல்லோருக்கும் ஆண்டாள் பற்றிய நுண்பதிவுகளை ஏற்படுத்தக்கூடியது. தமிழில் பக்தி இலக்கியத்தின் உச்சம் ஆண்டாளின் கவிதைகள் என்று உறுதியாகச் சொல்லமுடியும்.

ஆண்டாளின் பாடல்கள் இறையனுபவத்தை முன்னிறுத்திச் சமயச் சொல்லாடலுக்கு மட்டும் முக்கியத்துவம் தரவில்லை; கண்ணனை யாரும் வழிபடலாம் என்ற சேதி பிரதிக்குள் நுட்பமாகப் பதிவாகியுள்ளது. கண்ணன் பற்றிய ஆழமான ஈடுபாடு காரணமாக, அவரது பாடல் வரிகள், மரபிலிருந்து விலகித் தனித்து விளங்குகின்றன. பாலியல் வேட்கை, காம விழைவு எப்படிப் பக்திப் பனுவலினுள் இடம்பெற்றன என்பது ஆய்விற்குரியது. காதல் உணர்வினை வெளிப்படச் சொல்லக்கூடாது என்ற தமிழ் மரபில் ஆண்டாள், புதிய நெறியில்

தனது விருப்பத்தைப் படைப்பாக்கியுள்ளார். ஒருநிலையில், பாலியலைத் தனது வாழ்வின் பகுதியாக ஏற்றுக்கொண்டுள்ளதுடன், அதை வெளிப்படையாகத் துணிந்து கவிதையில் பதிவாக்கியுள்ளார். கண்ணன்மீது காமமுற்று, அவனுடன் பாலுறவுகொள்ளத் துடிக்கும் இளம்பெண்ணின் பரவசமான குரல் என்று காலங்காலமாக வாசிக்கப்படும் கவிதைக்குள் உளவியல்ரீதியில் செயற்படும் நுட்பங்களைக் கண்டறியவேண்டியுள்ளது. ஆழ்ந்த இறை நம்பிக்கையுள்ள வைணவர்கள், ஆண்டாளின் பாலியல் விழைவு தோய்ந்த கவிதை வரிகளை எப்படி உள்வாங்கிக் கொண்டனரோ என்று தெரியவில்லை.

(எ. கா.)

உள்ளே உருகி நைவேனை
உள்ளோ இவளோ என்னாத
கொள்ளை கொள்ளிக் குறும்பனைக்
கோவர்த்தனைக் கண்டக்கால்
கொள்ளும் பயன் ஒன்றுமில்லாத
கொங்கைதன்னைக் கிழங்கோடும்
அள்ளிப்பறித்திட்டு அவன் மார்பில்
எறிந்து என் அழலைத் தீர்வேனே!

ஆண்டாள் எழுதிய பாடல் வரிகளை வாசிக்கும்போது, அவரைத் தொடர்ந்து பல பெண்கள் தொடர்ந்து கவிதைகள் எழுதியிருந்திருக்க வேண்டும் என்று தோன்றுகிறது. சநாதன வைதிக சமயத்தின் ஆதிக்கம் காரணமாகப் பெண்ணின் இருப்பு, வீட்டிற்குள்ளேயே ஒடுக்கப்பட்டதனால், பெண்கள் கவிதை புனைவது குறைந்திருக்க வாய்ப்புண்டு. மேலும் பெண்கள் எழுதிய கவிதைகள் பிற்காலத்தில் பாதுகாக்கப்படாமல் போயிருக்கலாம்.

2008ஆம் ஆண்டில் 'அற்றைத் திங்கள் அவ்வெண்ணிலவில்' என்ற தலைப்பில் 41 சங்கப் பெண் கவிஞர்கள், காரைக்காலம்மையார், ஆண்டாள் எழுதிய பாடல்களைத் தொகுத்து உரையுடன் காலச்சுவடு பதிப்பகம்மூலம் வெளியிட்டிருந்தேன். பின்னர் அந்தப் புத்தகம் என்சிபிஹெச் பதிப்பக வெளியீடாக 2014இல் பிரசுரமானது. மேற்குறிப்பிட்ட நூலிலிருந்து ஆண்டாள் பாடல்கள் மட்டும் தனிநூலாகத் தற்பொழுது வெளியாகிறது.

எனது பள்ளிப் பருவத்தில் பதின்மூன்று வயதிலே கருத்துரீதியில் நாத்திகனாக மாறிய மனநிலையில் இன்றளவும் மாற்றம் இல்லாதபோதும், பழந்தமிழ் இலக்கியப் பனுவலான ஆண்டாள் பாடல்களைத் தமிழிலக்கிய மரபின் தொடர்ச்சி என்ற புரிதலுடன் உரையெழுதிப் பதிப்பித்திருக்கிறேன்.

இந்நூல் வெளிவரப் பெரிதும் ஆர்வம் காட்டியதுடன், மெய்ப்புத் திருத்திய நண்பர், கவிஞர் ஸ்ரீஷங்கர் என்றும் அன்பிற்குரியவர். டிஸ்கவரி புக் பேலஸ் பதிப்பகம்மூலம் நூலினை வெளியிடும் நண்பர் மு.வேடியப்பன் அவர்களுக்குத் தோழமையான நன்றி.

என் எழுத்துப் பணிக்குப் பின்புலமாக விளங்கும் அன்புத்துணைவி உஷா மீதான பிரியமும், அன்பும் என்றும் தீராதது.

ந.முருகேசபாண்டியன்
மதுரை

murugesapandian2011@gmail.com

பொருளடக்கம்

திருப்பாவை 15

நாச்சியார் திருமொழி

கண்ணனைச் சேரக் காமனை வேண்டுதல் 35

சிற்றில் சிதைக்க வேண்டாம் என்று வேண்டுதல் 41

கண்ணனிடம் ஆடைகளைத் தருமாறு வேண்டுதல் 47

கூடல் இழைத்தல் 53

குயிற்பத்து 57

கனவில் கண்ட திருமணத்தைக் கூறுதல் 64

வலம்புரிச் சங்குக்குக் கிடைத்த பேறு 68

மேகம் விடு தூது 72

திருமாலிருஞ்சோலைப் பெருமானை வழிபடுதல் 77

பிரிவினால் வருந்துதல் 82

திருவரங்கன் மேலுற்ற காதல் 87

கண்ணனிடம் கொண்டு சேர்க்குமாறு வேண்டுதல் 92

கண்ணனுடைய பொருட்களைக் கொண்டு
தனது காதல் நோயைத் தணிக்க வேண்டுதல் 98

பிருந்தாவனத்தில் கண்ணனைக் கண்டது கூறல் 104

திருப்பாவை

மார்கழித் திங்கள் மதிநிறைந்த நன்னாளால்
நீராடப் போதுவீர் போதுமினோ நேரிழையீர்
சீர்மல்கு மாய்ப்பாடிச் செல்வச் சிறுமீர்காள்
கூர்வேல் கொடுந்தொழிலன் நந்தகோபன் குமரன்
ஏரார்ந்த கண்ணி யசோதை இளஞ்சிங்கம்
கார்மேனிச் செங்கண் கதிர்மதியம் போல் முகத்தான்
நாரா யணனே நமக்கே பறைதருவான்
பாரோர் புகழப் படிந்தேலோர் எம்பாவாய். (1)

செல்வம் நிறைந்த திருவாய்ப்பாடியில் வாழும் சிறுமியரே! அழகிய அணிகலன்கள் அணிந்தவர்களே! மார்கழி மாத முழுநிலா நாளில் நீராட விரும்புபவர்களே! வாருங்கள்! கூர்மையான வேலையுடையவனும், கொடிய செயலைச் செய்கிற நந்தகோபனின் மகனும், எழிலான விழியாள் யசோதையின் சிங்கக்குட்டிபோல் விளங்குபவனும், கரிய மேனியையும் சிவந்த கண்களையும், ஒளி பொருந்திய நிலவு போன்ற முகமுடைய நாராயணன் நமக்குப் பறை தருவான். உலகோர் கொண்டாடும்படியாக நோன்பில் ஈடுபடுவோம்.

வையத்து வாழ்வீர்காள் நாமும் நம் பாவைக்குச்
செய்யும் கிரிசைகள் கேளீரோ பாற்கடலுள்
பையத் துயின்ற பரமனடி பாடி

நெய்யுண்ணோம் பாலுண்ணோம் நாட்காலே நீராடி
மையிட் டெழுதோம் மலரிட்டு நாம் முடியோம்
செய்யாதன செய்யோம் தீக்குறளைச் சென்றோதோம்
ஐயமும் பிச்சையும் ஆந்தனையும் கைகாட்டி
உய்யுமாறு எண்ணி உகந்தேலோர் எம்பாவாய். (2)

உலகத்தில் வாழ்பவர்களே! நாமும் நம்முடைய பாவைக்குச் செய்யும் சடங்குகளைக் கேளுங்கள். திருப்பாற்கடலில் துயில் கொண்டுள்ள நாராயணனின் திருவடிகளைப் போற்றுவோம்; நெய்யும் பாலும் உண்ண மாட்டோம்; விடியற்காலையில் நீராடுவோம்; கண்ணுக்கு மை தீட்டமாட்டோம்; கூந்தலில் மலர் சூடமாட்டோம். செய்யத்தகாதனவற்றைச் செய்யமாட்டோம். கோள் சொல்லமாட்டோம்; தானமும் பிச்சையும் நம்மால் முடிந்த அளவு செய்வோம்; நாம் உய்ந்திடும் வழியை நினைத்து நோன்பிருப்போம்.

ஓங்கி உலகளந்த உத்தமன் பேர்பாடி
நாங்கள் நம்பாவைக்குச் சாற்றி நீராடினால்
தீங்கின்றி நாடெல்லாம் திங்கள்மும் மாரிபெய்து
ஓங்குபெரும் செந்நெல் ஊடு கயலுகள்
பூங்குவளைப் போதில் பொறிவண்டு கண்படுப்பத்
தேங்காதே புக்கிருந்து சீர்த்த முலைபற்றி
வாங்கக் குடம் நிறைக்கும் வள்ளல் பெரும்பசுக்கள்
நீங்காத செல்வம் நிறைந்தேலோர் எம்பாவாய். (3)

குறுகிய வடிவத்திலிருந்து வான் அளாவி உயர்ந்து உலகத்தைத் தன்னுடைய திருவடிகளால் அளந்த நாராயணனின் திருப்பெயர்களைப் போற்றி, நாம் பாவைக்கு நோன்பிருந்து நீராடினால், நாடெங்கும் எவ்விதமான தீமையும் இன்றி மாதந்தோறும் மூன்று முறை மழை பொழியும். அதனால் வளர்ந்த செந்நெற் பயிர்களின் நடுவில் மீன்கள் துள்ளும்; அழகிய குவளை

மலர்களில் புள்ளிகளை உடைய வண்டுகள் உறங்கும்; பருத்த மடிக்காம்புகளைச் சலிப்படையாமல் பிடித்துக் கறக்கவேண்டிய மட்டும் குடங்களைப் பாலால் நிறைக்கும் கொடைத்தன்மையுள்ள பசுக்கள் மிகுந்திருக்கும். இவ்வாறு குறையாத செல்வம் நிறைந்து விளங்கும்.

ஆழிமழைக் கண்ணா ஒன்றும் நீ கைகரவேல்
ஆழியுட் புக்கு முகந்து கொடார்த்தேறி
ஊழி முதல்வ னுருவம்போல் மெய்கருத்துப்
பாழியந் தோளுடைப் பற்பநாபன் கையில்
ஆழிபோல் மின்னி வலம்புரிபோல் நின்றதிர்ந்து
தாழாதே சார்ங்க முதைத்த சரமழைபோல்
வாழ உலகினில் பெய்திடாய் நாங்களும்
மார்கழி நீராட மகிழ்ந்தேலோர் எம்பாவாய். (4)

கடல் போன்ற மழைக்குத் தலைவனே! நீ உன் கொடைத்தன்மை ஒன்றையும் மறைக்காதே. நீ கடலுக்குள் புகுந்து நீரை முகந்து பெருமுழக்கோடு வானில் ஏறவேண்டும். உலகுக்கு முதல்வனான நாராயணனின் மேனியைப்போல் கறுத்து, வலிமையான தோள்களையும், உந்தியில் தாமரையையும் உடையவருமான இறைவனின் வலக்கையில் உள்ள சக்கரத்தைப் போல மின்னி ஒளி வீசி, இடக்கையில் உள்ள வலம்புரிச் சங்குபோல ஒலித்து, அப்பெருமானின் கையிலுள்ள சார்ங்கம் என்ற வில்லினால் தொடுக்கப்பட்ட அம்பு மழையைப் போல் உலகிலுள்ளோர் வாழுமாறும், நாங்களும் மகிழ்ந்து நீராடவும் காலம் தாழ்த்தாமல் மழை பொழிவாயாக!

மாயனை மன்னு வடமதுரை மைந்தனைத்
தூயப் பெருநீர் யமுனைத் துறைவனை
ஆயர் குலத்தினில் தோன்றும் அணிவிளக்கைத்
தாயைக் குடல்விளக்கம் செய்ததா மோதரனைத்
தூயோமாய் வந்து நாம் தூமலர் தூவித்தொழுது

வாயினாற் பாடி மனத்தினால் சிந்திக்கப்
போய பிழையும் புகுதருவான் நின்றனவும்
தீயினில் தூசாகும் செப்பேலோர் எம்பாவாய்.	(5)

மாயம் செய்திடும் கண்ணன் நிலைபெற்ற வடமதுரை நகருக்குத் தலைவன்; தூய யமுனை ஆற்றங்கரையில் ஆயர் குலத்தின் அழகிய விளக்காகத் தோன்றி, தாயான தேவகியின் வயிற்றை விளக்கமடையச் செய்தான். அத்தகைய கண்ணனை நாம் தூய்மையுடையவராக நறுமணம் வீசும் மலர்களைத் தூவி வணங்கி, வாயாரப் பாடி, மனத்தினால் அவனைப் பற்றியே சிந்தித்திருப்போமானால் முன்னர் நாம் செய்த பாவங்களும், நம்மை அறியாமல் இனிச் செய்யவிருக்கும் பாவங்களும் நெருப்பினில் இட்ட பஞ்சாகப் பொசுங்கிவிடும். எனவே அவன் திருப்பெயரைச் சொல்வாயாக!

புள்ளும் சிலம்பினகாண் புள்ளரையன் கோயிலின்
வெள்ளை விளிசங்கின் பேரரவம் கேட்டிலையோ
பிள்ளாய் எழுந்திராய் பேய்முலை நஞ்சுண்டு
கள்ளச் சகடம் கலக்கழியக் காலோச்சி
வெள்ளத் தரவில் துயிலமர்ந்த வித்தினை உள்ளத்துக்
கொண்டு முனிவர்களும் யோகிகளும்
மெள்ள வெழுந்து அரியென்ற பேரரவம்
உள்ளம் புகுந்து குளிர்ந்தோலோர் எம்பாவாய்.	(6)

பெண்ணே! பொழுது விடிந்த வேளையில் பறவைகள் ஒலியெழுப்புகின்றன. பறவை மன்னனான கருடனின் கடவுளான திருமாலின் கோயிலிலிருந்து மக்களை அழைப்பதற்காக ஊதப்படும் வெண்மையான சங்கின் பேரொலியை நீ கேட்கவில்லையா? பேயான பூதனையின் முலையில் தடவியிருந்த நஞ்சை அவளது உயிருடன் குடித்து அவள் இறக்கும்படி செய்தவன்; தன்னைக் கொல்லவந்த சகடாசுரனைக் கட்டுக் குலையும்படி

காலால் உதைத்தவன்; திருப்பாற்கடலில் ஆதிசேடன் என்ற பாம்பின்மீது துயில் கொண்டவன்; உலகம் யாவும் தோன்றக் காரணமானவன். அத்தகைய பெருமானை முனிவர்களும், யோகிகளும் தம் மனத்தில் எண்ணிச் சொல்லுகின்ற ஒலியானது எங்களுடைய உள்ளத்தில் குளிர ஒலித்தது. துயிலுணர்ந்து எழுவாயாக!

கீசுகீ சென்றுஎங்கும் ஆனைச்சாத்தன்கலந்து
பேசின பேச்சரவம் கேட்டிலையோ பேய்ப்பெண்ணே
காசும் பிறப்பும் கலகலப்பக் கைபேர்த்து
வாச நறுங்குழ லாய்ச்சியர் மத்தினால்
ஓசைப் படுத்த தயிரரவம் கேட்டிலையோ
நாயகப் பெண்பிள்ளாய் நாராயணன் மூர்த்தி
கேசவனைப் பாடவும் நீ கேட்டே கிடத்தியோ
தேச முடையாய் திறவேலோர் எம்பாவாய். (7)

அறிவற்ற பெண்ணே! எல்லா இடங்களிலும் வலியன் குருவிகள் ஒன்று கூடிக் 'கீச்கீச்' என்று எழுப்பும் ஒலியை நீ கேட்கவில்லையா? நறுமணம் கமழும் கூந்தலையுடைய ஆய்ச்சியர் தம் கழுத்தில் அணிந்துள்ள அச்சுத் தாலியும் ஆமைத்தாலியும் 'கலகல' வென ஓசையை உண்டாக்கக் கைகளை அசைத்து மத்தினால் தயிர் கடையும் ஓசையையும் நீ கேட்கவில்லையா? எங்களுக்குத் தலைவியான பெண்ணே! நாங்கள் கேசவனான நாராயணனைப் புகழ்ந்து பாடுவதைக் கேட்டுக்கொண்டும் உறங்குவாயோ? சிறந்த ஒளியுடையவளே! தாழ்நீக்கிக் கதவைத் திறப்பாயாக!

கீழ்வானம் வெள்ளென்று எருமை சிறுவீடு மேய்வான்
பரந்தனகாண் மிக்குள்ள பிள்ளைகளும்
போவான் போகின்றாரைப் போகாமல் காத்து உன்னைக்
கூவுவான் வந்து நின்றோம் கோது கலமுடைய
பாவாய் எழுந்திராய் பாடிப் பறைகொண்டு
மாவாய் பிளந்தானை மல்லரை மாட்டிய

தேவாதி தேவனைச் சென்று நாம் சேவித்தால்
ஆவாவென்றா ராய்ந்து அருளேலோர் எம்பாவாய். (8)

கண்ணனால் விரும்பப்படும் பாவை போன்றவளே!
கிழக்கு வானம் வெளுத்துவிட்டது. எருமைகள் புல்லை
மேய்வதற்காக எல்லாப் பக்கங்களிலும் பரவியுள்ளன.
உன்னைத் தவிர பிற பெண் பிள்ளைகள் நீராடுவதற்காகச்
செல்கின்றனர். அவ்வாறு செல்கின்றவரைச் செல்லவிடாமல்
தடுத்து நிறுத்தி, உன்னை அழைத்துப் போவதற்காக உன்
வீட்டின்முன் வந்து நிற்கின்றோம். நீ எழுந்திருப்பாயாக!
குதிரை வடிவ அசுரனின் வாயைப் பிளந்தெறிந்தவனும்,
மல்லர்களை மாளச் செய்தவனும் தேவர்களுக்கெல்லாம்
தேவனுமான கண்ணனை அணுகித் திருவடிகளை நாம்
வணங்கினால், அவன் நம் குறைகளை ஆராய்ந்து 'ஐயோ'
என்று மனமிரங்கி அருளுவான்.

தூமணி மாடத்துச் சுற்றும் விளக்கெரியத்
தூபங் கமழத் துயிலணைமேல் கண்வளரும்
மாமான் மகளே மணிக்கதவம் தாள்திறவாய்
மாமீ ரவளை எழுப்பீரோ உம்மகள்தான்
ஊமையோ அன்றிச் செவிடோ அனந்தலோ
ஏமப் பெருந்துயில் மந்திரப் பட்டாளோ
மாமாயன் மாதவன் வைகுந்தன் என்றென்று
நாமம் பலவும் நவின்றேலோர் எம்பாவாய். (9)

தூய்மையான மணிகள் பதிக்கப்பெற்ற மாளிகையில்
சுற்றிலும் விளக்குகள் எரியவும், அகிலின் நறுமணம்
வீசவும் பஞ்சணையின்மீது உறங்கும் மாமன் மகளே,
மணிகள் பொருந்திய கதவின் தாளைத் திறப்பாயாக.
மாமிமாரே, உங்கள் மகளை எழுப்பமாட்டீர்களா? உங்கள்
மகள் ஊமையோ? அல்லது செவிடோ? பெருந்தூக்கம்
தூங்குபவளோ? மந்திரத்தால் கட்டுப்பட்டவளோ?
மாபெரும் மாயன், மாதவன், வைகுந்தன் என்று

நாராயணனின் திருப்பெயர்கள் பலவற்றையும் கூறினோம். இதை உங்கள் மகள் உணரமாட்டாளா?

> நோற்றுச் சுவர்க்கம் புகுகின்ற அம்மனாய்
> மாற்றமும் தாராரோ வாசல் திறவாதார்
> நாற்றத் துழாய்முடி நாராயணன் நம்மால்
> போற்றப் பறைதரும் புண்ணியனால் பண்டொருநாள்
> கூற்றத்தின் வாய்வீந்த கும்ப கருணனும்
> தோற்று முனக்கே பெருந்துயில்தான் தந்தானோ
> ஆற்ற வனந்த லுடையாய் அருங்கலமே
> தேற்றமாய் வந்து திறவேலோர் எம்பாவாய். (10)

நோன்பிருந்து சொர்க்கத்துக்குச் செல்லும் அம்மணியே! வாசல் கதவைத் திறக்காதவர்கள் ஒரு சொல்லையும் பதிலாகக் கூறமாட்டாரோ? மணம் கமழும் துளசி மாலையை அணிந்துள்ள நாராயணன், நம்மால் போற்றப்பெற்று நற்பயன் அருளுபவன். பண்டைக்காலத்தில் எமனின் வாயில் வீழ்ந்த கும்பகர்ணனும் தோற்றுப்போய், தன்னுடைய பேருறக்கத்தை உனக்கே கொடுத்துவிட்டானோ? அரிய அணிகலன் போன்றவளே! உறக்கம் தெளிந்து வந்து கதவைத் திற!

> கற்றுக் கறவைக் கணங்கள் பலகறந்து
> செற்றார் திறலழியச் சென்று செருச்செய்யும்
> குற்றமொன் றில்லாத கோவலர்தம் பொற்கொடியே
> புற்றர வல்குல் புனமயிலே போதராய்
> சுற்றத்துத் தோழிமார் எல்லாரும் வந்துநின்
> முற்றம் புகுந்து முகில்வண்ணன் பேர்பாடச்
> சிற்றாதே பேசாதே செல்வப் பெண்டாட்டி நீ எற்றுக்கு
> உறங்கும் பொருளேலோர் எம்பாவாய். (11)

கன்றையுடைய பசுக்கூட்டத்தைக் கறப்பவரும், பகைவரின் வலிமை அழியும்படி தேடிச்சென்று

ந.முருகேசபாண்டியன் 21

போரிடுகின்றவர்களும், ஒரு குற்றமும் இல்லாதவர்களுமாகிய கோவலர்களுடைய குடியில் பிறந்த பொற்கொடி போன்றவளே! புற்றில் உள்ள பாம்பின் படத்தைப் போன்ற அல்குலையும், காட்டில் வாழும் மயிலின் சாயலையும் உடையவளே எழுந்து வருவாயாக! உறவுமுறைத் தோழியர் எல்லோரும் வந்து உன் வீட்டின்முன் நின்று மேகம்போன்ற நிறமுடைய கண்ணனுடைய திருப்பெயர்களைப் பாடியும் நீ சிறிதும் அசையாமலும், மறுமொழி சொல்லாமலும் உறங்குவதற்கு என்ன பொருள்?

கனைத்திளங் கற்றெருமை கன்றுக் கிரங்கி
நினைத்து முலைவழியே நின்று பால் சோர
நனைத்தில்லம் சேறாக்கும் நற்செல்வன் தங்காய்
பனித்தலை வீழநின் வாசற்கடை பற்றிச்
சினத்தினால் தென்னிலங்கைக் கோமானைச் செற்ற
மனத்துக் கினியானைப் பாடவும்நீ வாய்திறவாய்
இனித்தா னெழுந்திராய் ஈதென்ன பேருறக்கம்
அனைத்தில்லத் தாரும் அறிந்தேலோர் எம்பாவாய். (12)

இளம் கன்றுகளையுடைய எருமைகள், தமது கன்றுகளை நினைத்து இரக்கம் கொண்டு கன்றுகளுக்கு ஊட்டுவதாக நினைத்து, மடிக்காம்புகள் வழியாகப் பால் பெருக்கின. அதனால் வீடெல்லாம் நனைந்து, ஈரமாகிச் சேறானது. இத்தகைய வளமுடையவனின் தங்கையே! பனியானது தலையின்மீது விழுமாறு உன் வீட்டு வாசலின் கூரையைப் பிடித்துக்கொண்டு, தென்னிலங்கை இராவணனைக் கோபத்தால் அழித்த மனதுக்கு இனிய இராமனை நாங்கள் பாடவும் நீ வாய்திறந்து பேசாமலிருக்கிறாய்! இது என்ன பேருறக்கும்? நாங்கள் இங்கு வந்து நிற்பது அனைவராலும் அறியப்பட்டு விட்டது. இனியேனும் எழுந்திருப்பாயாக!

புள்ளின்வாய் கீண்டானைப் பொல்லா அரக்கனைக்
கிள்ளிக் களைந்தானைக் கீர்த்திமை பாடிப்போய்
பிள்ளைக ளெல்லாரும் பாவைக்களம் புக்கார்
வெள்ளி யெழுந்து வியாழம் உறங்கிற்று
புள்ளும் சிலம்பினகாண் போதரிக் கண்ணினாய்
குள்ளக் குளிரக் குடைந்து நீராடாதே
பள்ளிக் கிடத்தியோ பாவாய்நீ நன்னாளால்
கள்ளம் தவிர்ந்து கலந்தேலோர் எம்பாவாய். (13)

பறவை வடிவில் வந்த பகாசுரனின் வாயைப் பிளந்தவனும், கொடிய அரக்கனான இராவணனைக் கொன்று ஒழித்தவனுமாகிய இறைவனின் புகழைப் பாடிக்கொண்டு எல்லாப் பெண்பிள்ளைகளும் பாவை நோன்பு நோற்கும் களத்தில் புகுந்தனர். வெள்ளி தோன்றிட வியாழன் மறைந்தது. பறவைகள் ஆரவாரம் செய்தன. பூப்போன்ற கண்களை உடையவளே! நீ கண்ணனுடன் சேர்ந்திருக்கும் பேறு பெறு நாளிம் உடலும் உள்ளமும் நன்கு குளிர்ந்திடுமாறு நீராடாமல் படுக்கையில் உறங்கிடுவாயோ! எழுந்திருப்பாயாக!

உங்கள் புழக்கடைத் தோட்டத்து வாவியுள் செங்கழுநீர்
வாய்நெகிழ்ந்து ஆம்பல்வாய் கூம்பியகாண்
செங்கற் பொடிக்கூறை வெண்பல் தவத்தவர்
தங்கள் திருக்கோயில் சங்கிடுவான் போகின்றார்
எங்களை முன்னம் எழுப்புவான் வாய் பேசும்
நங்காய் எழுந்திராய் நாணாதாய் நாவுடையாய்
சங்கொடு சக்கர மேந்தும் தடக்கையன்
பங்கயக் கண்ணானைப் பாடேலோர் எம்பாவாய். (14)

பெண்ணே! உங்கள் வீட்டுப் பின்புறக் குளத்தில் செங்கழுநீர்ப் பூக்கள் மலர்ந்திட, ஆம்பல் மலர்களின் வாய் மூடின. செங்காவி நிற ஆடையும், வெண்மையான பற்களையும் கொண்டு துறவியட தங்களுக்கு உரிமையுடை

திருக்கோயிலில் சங்கு ஊதுவதற்காகச் செல்கின்றனர். விடியற்காலையிலே நீராட விரும்பிய எங்களை வந்து எழுப்புவதாக வாய்வீரம் பேசும் நங்கையே! அவ்வாறு சொன்னபடி எழுப்பாமைக்காக நாணப்படாதவளே! இனிய சொல்லைப் பேசுவதில் வல்லவளே! சங்கும் சக்கரமும் ஏந்தியுள்ள நீண்ட கைகளையுடையவனும், தாமரை போன்ற கண்களையுடையவனுமான கண்ணனைப் பாடுவதற்காக எழுந்திருப்பாயாக!

எல்லே இளங்கிளியே இன்னம் உறங்குதியோ
சில்லென் றழையேன்மின் நங்கைமீர் போதர்கின்றேன்
வல்லையுன் கட்டுரைகள் பண்டேயுன் வாயறிதும்
வல்லீர்கள் நீங்களே நானேதா னாயிடுக
ஒல்லை நீ போதாய் உனக்கென்ன வேறுடையை
எல்லாரும் போந்தாரோ போந்தார்போந்
தெண்ணிக்கொள்
வல்லானைக் கொன்றானை மாற்றாரை மாற்றழிக்க
வல்லானை மாயனைப் பாடேலோர் எம்பாவாய்! (15)

இளமையான கிளி போன்றவளே! இன்னும் உறங்குகின்றாயோ? பெண்களே! உள்ளம் சில்லென்று உறையும்படி என்னை அழைக்கவேண்டாம். நான் வந்துவிட்டேன். நீ பேசுவதில் வல்லவள். இதை நெடுங்காலமாக நாங்கள் அறிவோம். நீங்களே அவ்வகையினர். நான் அல்லேன். எனினும் உம் சொற்படி அது நானே ஆகட்டும். உங்களுக்கு வேண்டுவது யாது? நீ விரைவாக எங்களுடன் வா! உனக்கென்று தனியே என்ன வேண்டியிருக்கிறது? வரவேண்டியவர்கள் எல்லோரும் வந்தனரோ? எல்லோரும் வந்துவிட்டனர். நீ எழுந்து வந்து எண்ணிப் பார்த்துக்கொள். என்னை எதற்காக வரச் சொல்கிறீர்கள்? வலிமையான யானையைக் கொன்றவனும் பகைவரின் வலிமையை அழிக்க வல்லவனுமாகிய மாயக் கண்ணனைப் பாடுவதற்காக அழைக்கிறோம்.

நாயகனாய் நின்ற நந்தகோபனுடைய
கோயில்காப் பானே! கொடித்தோன்றும் தோரண
வாயில்காப் பானே! மணிக்கதவம் தாள்திறவாய்
ஆயர் சிறுமிய ரோமுக்கு அறைபறை
மாயன் மணிவண்ணன் நென்னலே வாய்நேர்ந்தான்
தூயோமாய் வந்தோம் துயிலெழப் பாடுவான்
வாயால் முன்னமுன்னம் மாற்றா தேயம்மா நீ,
நேச நிலைக்கதவம் நீக்கேலோர் எம்பாவாய். (16)

நாயகனான நந்தகோபனுடைய மாளிகையைக் காப்பவனே! கொடிகள் கட்டப்பட்டு விளங்கும் தோரணவாயிலைக் காப்பவனே! அழகிய கதவின் தாளைத் திறப்பாயாக! ஆயர்குலச் சிறுமியருக்கு நீலமணி போன்ற நிறத்தை உடையவனான மாயக் கண்ணன் ஒலிக்கும் பறையைத் தருவதாக நேற்றே சொன்னான். அவனுக்குத் திருப்பள்ளியெழுச்சி பாடுவதற்காகத் துய்மையுடன் நாங்கள் வந்திருக்கிறோம். முதன்முதலில் உன் வாயினால் மறுப்புக் கூறாதே! கண்ணனிடம் அன்பு கொண்டிருக்கும் நிலையையுடைய நீயே கதவைத் திறக்க வேண்டும்.

அம்பரமே தண்ணீரே சோறே அறம் செய்யும்
எம்பெரு மான்நந்தகோ பாலா எழுந்திராய்
கொம்பனார்க் கெல்லாம் கொழுந்தே குலவிளக்கே
எம்பெருமாட்டி யசோதாய் அறிவுறாய்
அம்பர மூடறுத் தோங்கி உலகளந்த
உம்பர் கோமானே உறங்கா தெழுந்திராய்
செம்பொற் கழலடிச் செல்வா பலதேவா
உம்பியும் நீயும் உறங்கேலோர் எம்பாவாய். (17)

ஆடை, தண்ணீர், சோறு ஆகியனவற்றை அளிக்கின்ற எம்பெருமானான நந்தகோபனே, எழுந்திருப்பாயாக! கொடி போன்ற பெண்களுக்கெல்லாம் முதன்மையானவளே! ஆயர்

குலத்தின் விளக்கே! எமக்குத் தலைவியான யசோதாப் பெருமாட்டியே, உணர்ந்து எழுவாயாக! இடைவெளி இன்றி உயர வளர்ந்து உலகங்களை எல்லாம் அளந்திட்ட தேவனே! எழுந்திடுக! செம்பொன்னால் ஆன வீரக்கழலை அணிந்த திருவடியை உடைய செல்வனே! பலதேவா! உன் தம்பியாகிய கண்ணனும் நீயும் உறங்காமல் எழ வேண்டும்.

உந்து மதகளிற்றன் ஓடாத தோள்வலியன்
நந்தகோ பாலன் மருமகளே நப்பின்னாய்
கந்தங் கமழும் குழலீ கடைதிறவாய்
வந்தெங்கும் கோரி யழைத்தனகாண் மாதவிப்
பந்தல்மேல் பலகால் குயிலினங்கள் கூவினகாண்
பந்தார் விரலி உன் மைத்துனன் பேர்பாடச்
செந்தாமரைக் கையால் சீரார் வளையொலிப்ப
வந்து திறவாய் மகிழ்ந்தேலோர் எம்பாவாய். (18)

மதயானையைப் போல வலிமையுடைய, புறம் கொடுத்து ஓடாத தோளினை உடைய நந்தகோபனின் மருமகளே! நறுமணம் கமழும் கூந்தலை உடையவளே! நப்பின்னையே! கதவின் தாளைத் திறந்திடு! எல்லா இடங்களிலும் பரந்து நின்று கோழிகள் கூவின. குருக்கத்திப் பந்தலின்மேல் குயில் கூட்டமானது பலமுறை கூவின. பந்தைப் பற்றியிருப்பவளே! உன் கணவனான கண்ணனின் திருப்பெயர்களைப் போற்றி நாங்கள் பாடுமாறு, நீ அணிந்துள்ள சிறந்த கைவளையல்கள் ஒலிக்க நடந்துவந்து மகிழ்ச்சியுடன் செந்தாமரை போன்ற கையால் கதவைத் திறப்பாயாக.

குத்து விளக்கெரியக் கோட்டுக்கால் கட்டிலின்மேல்
மெத்தென்ற பஞ்ச சயனத்தின் மேலேறிக்
கொத்தலர் பூங்குழல் நப்பின்னை கொங்கைமேல்
வைத்துக் கிடந்த மலர்மார்பா வாய்திறவாய்

மைத்தடங் கண்ணினாய் நீயுன் மணாளனை
எத்தனை போதும் துயிலெழ வொட்டாய்காண்
எத்தனை யேலும் பிரிவாற்ற கில்லாயால்
தத்துவ மன்று தகவேலோர் எம்பாவாய்.   (19)

குத்து விளக்கெரிய, யானைத் தந்தத்தினால் ஆன கால்களையுடைய கட்டிலின் மேலுள்ள மென்மையான படுக்கையின்மீது ஏறிக் கொத்துமலர்களைச் சூடியுள்ள கூந்தலையுடைய நப்பின்னையின் கொங்கைகளைத் தன்மீது வைத்துக்கொண்டு உறங்கிக் கிடக்கின்ற அகன்ற மார்பை உடையவனே! வாய் திறந்து ஒரு சொல் சொல்ல வேண்டும். மை தீட்டப்பெற்ற பெரிய விழிகளை உடையவளே! நீ உன் கணவனான கண்ணனை ஒரு நொடிப்போதும் படுக்கையை விட்டுத் துயில் எழுவதற்கு விடுவதில்லை. அவனைப் பிரிந்திடப் பொறுக்கமாட்டாய்! இப்படி இருப்பது உனக்குத் தக்கதன்று.

முப்பத்து மூவர் அமரர்க்கு முன் சென்று
கப்பம் தவிர்க்கும் கலியே துயிலெழாய்
செப்ப முடையாய் திறலுடையாய் செற்றார்க்கு
வெப்பம் கொடுக்கும் விமலா துயிலெழாய்
செப்பன்ன மென்முலைச் செவ்வாய்ச் சிறுமருங்குல்
நப்பின்னை நங்காய் தருவே துயிலெழாய்
உக்கமும் தட்டொளியும் தந்துன் மணாளனை
இப்போதே யெம்மை நீராட்டேலோர் எம்பாவாய்.   (20)

முப்பத்து முக்கோடி தேவர்களுக்கும் துன்பம் வருமுன் சென்று அவர்களுடைய நடுக்கத்தைப் போக்கிடும் கண்ணனே! செம்மையும் வன்மையும் உடையவனே! பகைவருக்குத் துன்பம் தரும் தூயோனே! உறக்கம் விட்டெழு! செப்புக்குடம் போன்ற மென்மையான முலைகளையும், சிவந்த வாயையும், சிறிய இடையையும் உடைய நப்பின்னையே! விழித்தெழுவாய்! துயிலெழுந்து

நோன்பிற்குரிய விசிறியையும், கண்ணாடியையும் எங்களுக்குத் தந்து உன் அழகுக் கணவனையும் அளித்து எங்களை நீராட்டுச் செய்.

ஏற்ற கலங்கள் எதிர்பொங்கி மீதளிப்ப
மாற்றாதே பால் சொரியும் வள்ளல் பெரும்பசுக்கள்
ஆற்றப் படைத்தான் மகனே அறிவுறாய்
ஊற்ற முடையாய் பெரியாய் உலகினில்
தோற்றமாய் நின்ற சுடரே துயிலெழாய்
மாற்றார் உனக்கு வலிதொலைந் துன் வாசற்கண்
ஆற்றாது வந்து உன்னடிபணியு மாபோலே
போற்றியாம் வந்தோம் புகழ்ந்தேலோர் எம்பாவாய். (21)

பாலுக்காக ஏந்தியுள்ள பாத்திரங்கள் நிறைந்து பொங்கி வழியுமாறு பாலைச் சுரக்கின்ற வள்ளல்தன்மையுடைய பசுக்களை அதிகமாகப் பெற்றுள்ளவனின் மகனே! விழித்தெழுக! வலிமையுடைய பெரியோனே! இவ்வுலகில் எம் கண்களுக்குத் தெரியுமாறு தோன்றியுள்ள ஒளிமயமானவனே! பகைவர் தம்முடைய வலிமை குன்றி, மனம் ஆற்றாமல் உன் மாளிகை வாசலில் வந்து உன்னடிகளில் பணிவதுபோல, உன்னைப் போற்றிப் புகழ்ந்து வந்துள்ளோம்.

அங்கண்மா ஞாலத்து அரசர் அபிமான
பங்கமாய் வந்துநின் பள்ளிக் கட்டிற்கீழே
சங்கமிருப் பார் போல் வந்து தலைப்பெய்தோம்
கிங்கிணி வாய்ச் செய்த தாமரைப் பூப்போலே
செங்கண் சிறுச்சிறிதே எம்மேல் விழியாவோ
திங்களும் ஆதித்திய னும் எழுந் தாற்போலே
அங்கணிரண்டும் கொண்டு எங்கள்மேல் நாக்குதியேல்
எங்கள் மேல் சாபம் இழிந்தேலோர் எம்பாவாய். (22)

அழகிய பெரிய உலகை அரசாண்ட மன்னர்கள் தங்களுடைய மதிப்புக் குறைவுபட உன் அரியணையின்கீழே கூட்டமாகக் கூடியிருப்பதைப்போல், நாங்களும் கூடியுள்ளோம். கிண்கிணி என்ற அணிகலனின் வாய்ப்புறம் போன்ற தாமரை மலரை ஒத்த சிவந்த கண்கள் மெல்ல மெல்லத் திறந்திட, பார்வையானது எம்மேல் விழமாட்டாவோ? திங்களும் கதிரவனும் தோன்றியதைப் போன்ற அழகிய கண்களினால் எங்களை நோக்குவாயாயின் எங்கள் மேலுள்ள சாபம் நீங்கிடும்.

மாரி மலை முழைஞ்சில் மன்னிக் கிடந்துறங்கும்
சீரிய சிங்கம் அறிவுற்றுத் தீவிழித்து
வேரி மயிர்பொங்க எப்பாடும் பேர்ந்துதறி
மூரி நிமிர்ந்து முழங்கிப் புறப்பட்டுப்
போதருமா போலே நீ பூவைப்பூ வண்ணாஉன்
கோயில் நின்றிங்கணே போந்தருளிக் கோப்புடைய
சீரிய சிங்காசனத் திருந்து யாம் வந்த
காரிய மாராய்ந்து அருளேலோ ரெம்பாவாய். (23)

காயாம் பூப் போன்ற கரிய நிறமுடையவனே! மழைக்காலத்தில் குகையில் தங்கி உறங்கும் பீடுடைய சிங்கம், உறக்கம் நீங்கி உணர்வு பெற்றுத் தீப்போல பார்த்துப் பிடரி மயிர் சிலிர்த்திட எல்லாப் பக்கங்களிலும் உடலை உதறிச் சோம்பலை முறித்துக் கர்ச்சித்து வெளியே வரும். அதுபோல நீ, உன் கோயிலில் இருந்து புறப்பட்டு, இங்கே வந்து, அழகிய அரியணையில் அமர்ந்து நாங்கள் வந்த காரியத்தை இன்னதெனக் கேட்டு அருள வேண்டும்.

அன்றிவ் வுலகம ளந்தாயடி போற்றி
சென்றங்குத் தென்னிலங்கை செற்றாய் திறல் போற்றி
பொன்றச் சகட முதைத்தாய் புகழ் போற்றி
கன்று குணிலா எறிந்தாய் கழல்போற்றி
குன்று குடையாய் எடுத்தாய் குணம்போற்றி

வென்று பகைகெடுக்கும் நின்கையில் வேல்போற்றி
என்றென்றுன் சேவகமே யேத்திப் பறைகொள்வான்
இன்றும்யாம் வந்தோம் இரங்கேலோர் எம்பாவாய். (24)

அக்காலத்தில் உலகங்களை அளந்த உன்னுடைய திருவடிகளுக்கு வணக்கம். இலங்கைக்குச் சென்று அதனை அழித்தவனே, உன் ஆற்றலுக்கு வணக்கம். சக்கரத்தைக் காலால் உதைத்தவனே, உன் புகழ் வாழ்க! கன்றாய் வந்த அரக்கனை எறி தடியாகக் கொண்டு உதைத்த உன் கழல் அடிகள் போற்றி! மலையைக் குடையாகப் பிடித்தவனே, உன் புகழ் வாழ்க! பகைவரை அழித்து வெற்றியடையச் செய்யும் என் கையிலுள்ள வேல் வாழ்க! இவ்வாறு என்றும் உன் வீரத்தைப் பாடி இப்போது நாம் பறை பெற வந்தோம். நீ அருள் செய்யவேண்டும்.

ஒருத்தி மகனாய்ப் பிறந்து ஓரிரவில்
ஒருத்தி மகனா யொளித்து வளரத்
தரிக்கிலா னாகித்தான் தீங்கு நினைந்த
கருத்தைப் பிழைப்பித்துக் கஞ்சன் வயிற்றில்
நெருப்பென்ன நின்ற நெடுமாலே! உன்னை
அருத்தித்து வந்தோம் பறைதருதி யாகில்
திருத்தக்க செல்வமும் சேவகமும் யாம்பாடி
வருத்தமும் தீர்ந்து மகிழ்ந்தேலோர் எம்பாவாய். (25)

திருமாலே! நீ தேவகி என்னும் ஒருத்திக்கு மகனாகப் பிறந்தாய், அதே இரவில் மற்றொருத்தியான யசோதைக்கு மகன் ஆனாய். அங்கு ஒளிந்து வளர்ந்த காலத்தில், உனக்குத் தீமை செய்ய நினைத்த கஞ்சனின் வயிற்றில் நெருப்பானாய்! நாங்கள் விரும்பும் பறை தருவாயெனில், உன் பெருமாட்டி விரும்பும் வளமான செல்வத்தையும் வீரத்தையும் நாங்கள் பாடி உன்னைப் பிரிந்ததால் ஏற்பட்ட துன்பம் நீங்கிட மகிழ்வோம்.

மாலே மணிவண்ணா மார்கழி நீராடுவான்
மேலையார் செய்வினைகள் வேண்டுவன கேட்டியேல்
ஞாலத்தை யெல்லாம் நடுங்க முரல்வன.
பாலன்ன வண்ணத்துன் பாஞ்ச சன்னியமே
போல்வன சங்கங்கள் போய்ப்பாடு டையனவே
சாலப் பெரும்பறையே பல்லாண் டிசைப்பாரே
கோல்விளக்கே கொடியே விதானமே,
ஆலி னிலையாய் அருளேலோ ரெம்பாவாய். (26)

பெருமையுடையவனே! நீலமணி போன்ற நிறமுடையவனே! ஆலிலையில் பள்ளி கொள்பவனே! மார்கழி மாத நீராடுதலுக்காக முன்னோர் மேற்கொண்ட முறைமைகளைக் கேட்பாயானால் சொல்லுகின்றோம். உலகம் நடுங்கிட ஒலிக்கும் பால் போன்ற வெண்மையான நிறமுடைய சங்குகளையும், அகன்ற பெரிய பறைகளையும் பல்லாண்டு பாடுபவர்களையும், அழகிய விளக்கையும் கொடி மேற்கட்டினையும் தந்து அருள வேண்டும்.

கூடாரை வெல்லும் சீர் கோவிந்தா உன்றன்னைப்
பாடிப் பறைகொண்டு யாம்பெறும் சம்மானம்
நாடு புகழும் பரிசினால் நன்றாகச்
சூடகமே தோள்வளையே தோடே செவிப்பூவே
பாடகமே யென்றனைய பல்கலனும் யாமணிவோம்
ஆடை யுடுப்போம் அதன்பின்னே பாற்சோறு
மூடநெய் பெய்து முழங்கை வழிவாரக்
கூடியிருந்து குளிர்ந்தேலோர் எம்பாவாய். (27)

பணியாதாரை வெல்லும் குணமுடைய கோவிந்தா! உன்னைப் பாடிப் பறையைப் பெற்றபின்னர் நாங்கள் பெறும் பரிசுகள் உண்டு. நாட்டிலுள்ளோர் புகழும் கை வளையல்களும், தோள் வளைகளும், காதில் அணியும் தோடுகளும், செவிப்பூவும், பாடகமும் என்று பல வகையான அணிகலன்களை நாங்கள் அணிவோம்.

ஆடை உடுப்போம். அதன்பின்னர் பாற்சோறு மூடுமளவு பெய்த நெய்யானது, முழங்கைவழியாக வழிந்திட நாம் கூடியிருந்து உண்டு உள்ளம் குளிர்ந்து இருக்கவேண்டும்.

> கறவைகள் பின்சென்று கானம்சேர்ந் துண்போம்
> அறிவொன்று மில்லாத ஆய்க்குலத்து உன்றன்னைப்
> பிறவி பெறுந்தனைப் புண்ணியம் யாமுடையோம்
> குறைவொன்று மில்லாத கோவிந்தா உன்றன்னோடு
> உறவேல் நமக்கிங் கொழிக்க ஒழியாது
> அறியாத பிள்ளைகளோம் அன்பினால் உன்றன்னைச்
> சிறுபேழைத்தனவுஞ் சீறி யருளாதே
> இறைவா நீ தாராய் பறையேலோ ரெம்பாவாய்.   (28)

குறை எதுவுமில்லாத கோவிந்தனே! பசுக்களை ஓட்டிச் சென்று காட்டை அடைந்து உண்போம். அறிவில்லாத ஆயர் குலத்தில் நீ பிறந்து வாழ்வதனால் புண்ணியம் அடைந்து விட்டோம். உன்னோடு எமக்கு இங்கு ஏற்பட்டுள்ள உறவினை உன்னாலும் எங்களாலும் அழிக்கமுடியாது. அறியாத சிறுமிகளான நாங்கள் அன்பினால் உன்னைச் சிறிய பெயரால் அழைத்தமையினால் கோபம் கொள்ளாதே! இறைவனே! நீ பறை தருவாயாக.

> சிற்றஞ் சிறுகாலை வந்துன்னைச் சேவித்துஉன்
> பொற்றா மரையடியே போற்றும் பொருள்கேளாய்
> பெற்றம்மேய்த் துண்ணும் குலத்திற் பிறந்தநீ
> குற்றேவல் எங்களைக் கொள்ளாமற் போகாதே
> இற்றைப் பறைகொள்வான் அன்று காண் கோவிந்தா
> எற்றைக்கும் ஏழேழ் பிறவிக்கும் உன்தன்னோடு
> உற்றோமே யாவோம் உனக்கே நாம் ஆட்செய்வோம்
> மற்றைநம் காமங்கள் மாற்றேலோர் எம்பாவாய்.   (29)

கண்ணனே! விடியற்காலைப் பொழுதில் இங்கு வந்து உன்னை வணங்கி, உனது அழகிய தாமரைத் திருவடிகளைப்

போற்றுவதற்கான காரணத்தைக் கேட்பாயாக! பசுக்களை மேய்த்து உண்ணும் குலத்தில் பிறந்த நீ, எங்களை உன்னுடைய குற்றேவலுக்கு ஏற்றுக்கொள்ளாமல் விடுவது தகாது. இன்று தரப்படும் பறையைப் பெறுவதற்காக மட்டும் நாங்கள் வரவில்லை. என்றென்றும் ஏழேழு பிறவிகளும் உன்னுடன் உறவு கொண்டவர்களாய் விளங்குவோம். உனக்கே நாம் அடிமையானோம். எங்களுடைய பிற ஆசைகளை நீக்குக!

வங்கக் கடல்கடைந்த மாதவனைக் கேசவனைத்
திங்கள் திருமுகத்துச் சேயிழையார் சென்றிறைஞ்சி
அங்கப் பறைகொண்டவாற்றை யணி புதுவைப்
பைங்கமலத் தண்தெரியல் பட்டர்பிரான் கோதை சொன்ன
சங்கத் தமிழ்மாலை முப்பதும் தப்பாமே
இங்கிப் பரிசுரைப்பார் ஈரிரண்டு மால்வரைத் தோள்
செங்கண் திருமுகத்துச் செல்வத் திருமாலால் எங்குந்
திருவருள் பெறு இன்புறுவர் எம்பாவாய். (30)

மரக்கலம் மிதக்கும் கடலைக் கடைந்த திருமாலை, திங்களைப் போன்ற முகமுடைய ஆய்ச்சியர் சென்று வணங்கிப் பறையைப் பெற்றனர். திருவில்லிபுத்தூரில் தோன்றிய, பசிய தாமரை மலர் மாலை அணிந்த பெரியாழ்வாரின் மகளான ஆண்டாள் பாடியவை முப்பது பாக்கள். இத்தகைய தமிழ்ப் பாமாலையை நாள் தவறாமல் தொடர்ந்து ஓதுபவர்கள், நான்கு தோள்களைப் பெற்றுள்ள சிவந்த கண்களையுடைய முகத்தினைக் கொண்ட திருமாலின் அருளால், எங்கும் அவனது அருளைப் பெற்று இன்பமடைவார்கள்.

நாச்சியார் திருமொழி

கண்ணனைச் சேரக் காமனை வேண்டுதல்

தை ஒரு திங்களும் விளக்கித்
    தண் மண்டலம் இட்டு மாசி முன்னாள்
ஐய நுண் மணல் கொண்டு தெரு அணிந்து
    அழகினுக்கு அலங்கரித்து, அனங்கதேவா!
உய்யவும் ஆம்கொலோ? என்று சொல்லி
    உன்னையும் உம்பியையும் தொழுதேன்;
வெய்யது ஓர் தழல் உமிழ் சக்கரக் கை
    வேங்கடவற்கு என்னை விதிக்கிற்றியே.   (1)

    காமனே! தை மாதம் முழுவதும் தரையைப் பொலிவுற அழகாக்கிக் குளிர்ந்த கோலமிட்டு மாசி மாத வளர்பிறையில் குறுமணல் பரப்பி அலங்கரித்து, நான் உய்வடைவேனோ? என்று சொல்லி உன்னையும், உன் தம்பி சாமனையும் தொழுதேன். வெம்மையான நெருப்பை உமிழும் சக்கரத்தைக் கையில் ஏந்திய திருவேங்கடவனுக்கு என்னைச் சேர விதிக்க வேண்டும்.

வெள்ளை நுண் மணல்கொண்டு தெரு அணிந்து
    வெள்வரைப்பதன் முன்னம் துறை படிந்து
முள்ளும் இல்லாச் சுள்ளி எரி மடுத்து
    முயன்று உன்னை நோற்கின்றேன், காமதேவா!
கள் அவிழ் பூங்கணை தொடுத்துக்கொண்டு
    கடல்வண்ணன் என்பது ஓர் பேர் எழுதி

புள்ளினை வாய் பிளந்தான் என்பது ஓர்
இலக்கினிற் புக என்னை எய்கிற்றியே. (2)

காமதேவா! வெண்மையான குறுமணலால் தெருவை அழகாக்கி, கீழ்வானம் வெளுப்பதற்குமுன்னரே துறையில் மூழ்கி நீராடினேன். முள் இல்லாத சுள்ளிகளை நெருப்பிலிட்டு, உன்னை வேண்டி நோன்பு நோற்கிறேன், தேன் வடியும் பூவைக் கணையாக்கித் தொடுத்து, கடல் போன்ற வண்ணமுடைய கண்ணன் பெயரை இதயத்தில் எழுதி, பகாசுரன் வாயைப் பிளந்தவன் என்னும் இலக்கினில் நான் புகுமாறு செய்ய வேண்டும்.

மத்த நன் நறுமலர் முருக்க மலர்
கொண்டு முப்போதும் உன் அடி வணங்கித்
தத்துவம் இலி என்று நெஞ்சு எரிந்து
வாசகத்து அழித்து உன்னை வைதிடாமே,
கொத்து அலர் பூங்கணை தொடுத்துக்கொண்டு
கோவிந்தன் என்பது ஓர் பேர் எழுதி வித்தகன்
வேங்கட வாணன் என்னும்
விளக்கினிற் புக என்னை விதிக்கிற்றியே. (3)

மணம் மிக்க ஊமத்தம் மலரையும், முருக்கம் மலரையும் காலை, நண்பகல், மாலை ஆகிய மூன்று வேளைகளிலும் உன் அடிகளில் வைத்து வணங்கியும், பயனற்றுப் போய், நீ பொய்யன் என்று மனம் கொதித்து உன் சிறப்பை அழித்து உன்னைத் திட்டாதவாறு, கொத்தாக மலரும் பூக்களையே அம்பாகத் தொடுத்துக்கொண்டு, கோவிந்தன் என்ற பெயரை மனத்தில் எழுதி, வியக்கத்தக்க திருவேங்கடத்தான் என்னும் பேரொளியில் நான் சேருமாறு நீ செய்ய வேண்டும்.

சுவரில், புராண! நின் பேர் எழுதிச்
சுறவ நற்கொடிக்களும் துரங்கங்களும்

கவரிப் பிணாக்களும் கருப்பு வில்லும்
காட்டித் தந்தேன், கண்டாய் காமதேவா!
அவரைப் பிராயம் தொடங்கி என்றும்
ஆதரித்து எழுந்த என் தட முலைகள்
துவரைப் பிரானுக்கே சங்கற்பித்துத்
தொழுது வைத்தேன், ஒல்லை விதிக்கிற்றியே. (4)

காமதேவா! பழம் பெருமையுடையவனே! சுவரில் உன் பெயரினை எழுதி, சுறாமீன் வரையப்பட்ட துணிக்கொடிகளையும், குதிரைகளையும் சாமரம் வீசும் பெண்களையும், கரும்பு வில்லையும் உனக்குக் காணிக்கையாகத் தந்தேன். இளம்பருவம் தொடங்கி, விரும்பி எழுந்த என் முலைகள் துவாரகைத் தலைவனுக்கே என்று முடிவெடுத்துத் தொழுதேன். என்னை நீ அவனிடம் சேர்ப்பிக்க வேண்டும்.

வானிடை வாழும் அவ் வானவர்க்கு
மறையவர் வேள்வியில் வகுத்த அவி
கானிடைத் திரிவது ஓர் நரி புகுந்து
கடப்பதும் மோப்பதும் செய்வது ஒப்ப,
ஊனிடை ஆழி சங்கு உத்தமர்க்கு என்று
உன்னித்து எழுந்த என் தட முலைகள்
மானிடவர்க்கு என்று பேச்சுப் படில்
வாழகில்லேன் கண்டாய், மன்மதனே! (5)

மன்மதனே! வானுலகில் வாழும் தேவர்களுக்கு என்று அந்தணர்கள் வேள்வியிலே கொடுக்கும் உணவை, காட்டில் திரியும் நரி புகுந்து முகர்வதையும், சுவைப்பதையும்போல சங்கு, சக்கரத்தைத் திருமேனியில் தாங்கிய உத்தமனான திருமாலுக்கென்றே கிளர்ந்த என் பருத்த முலைகள், மனிதருக்கு என்று பேச்சு எழுந்தால், நான் உயிர் வாழமாட்டேன்.

உருவு உடையார் இளையார்கள் நல்லார்
ஒத்து வல்லார்களைக் கொண்டு வைகல்
தெருவிடை எதிர்கொண்டு பங்குனி நாள்
திருந்தவே நோற்கின்றேன், காமதேவா!
கருவுடை முகில் வண்ணன் காயாவண்ணன்
கருவிளை போல் வண்ணன் கமல வண்ணத்
திருஉடை முகத்தினில் திருக் கண்களால்
திருந்தவே நோக்கு எனக்கு அருள், கண்டாய்.   (6)

காமதேவா! வடிவுடையவராய், இளையவராய், காமநூல் புலமைமிக்கவரை முன்னிட்டுக் கொண்டு, நீ வரும் வழியிலே, எதிரே சென்று பங்குனி நாளில் தெளிவுடன் நோன்பு நோற்கிறேன். சூல்கொண்ட கரியமேகம், காயாம் பூ, கருவிளைப் பூ போன்றவற்றின் வண்ணமுடைய தாமரைக் கண்ணனின் முகத்திலுள்ள அழகிய விழிகளின் பார்வை என்மேல் விழ, நீ அருள் செய்ய வேண்டும்.

காய் உடை நெல்லோடு கரும்பு அமைத்து,
  கட்டி அரிசி அவல் அமைத்து,
வாய் உடை மறையவர் மந்திரத்தால்
  மன்மதனே! உன்னை வணங்குகின்றேன்;
தேசம் முன் அளந்தவன் திரிவிக்கிரமன்
  திருக்கைகளால் என்னைத் தீண்டும் வண்ணம்
சாய் உடை வயிறும் என் தட முலையும்
  தரணியில் தலைப்புகழ் தரக்கிற்றியே.   (7)

மன்மதனே! பசுங்காய் நெல்லையும், கரும்பையும் பரப்பி, கருப்பட்டி, அரிசி, அவல் ஆகியவற்றைச் சேர்த்துச் சமைத்ததைப் படைத்து, அந்தணர் மந்திரம் ஓத உன்னை வணங்குகிறேன். மூன்று உலகங்களையும் அளந்த திரிவிக்கிரமன், தன்னுடைய திருக்கைகளால், என்னுடைய ஒளியுடைய வயிற்றையும், வளமான

முலைகளையும் தீண்டுமாறு நீ அருள வேண்டும். உலகில் நிலைத்த புகழை எனக்குத் தருவாயா?

மாசு உடை உடம்பொடு, தலை உலறி,
வாய்ப்புறம் வெளுத்து, ஒருபோதும் உண்டு,
தேசு உடைத் திறல் உடைக் காமதேவா!
நோற்கின்ற நோன்பினைக் குறிக்கொள், கண்டாய்
பேசுவது ஒன்று உண்டு இங்கு எம்பெருமான்
பெண்மையைத் தலை உடைத்து ஆக்கும் வண்ணம்
கேசவ நம்பியைக் கால் பிடிப்பாள்
என்னும் இப் பேறு எனக்கு அருள், கண்டாய். (8)

ஒளியும் வலிமையும் மிக்க மன்மதனே! அழுக்குப் படிந்த உடம்புடன், தலைமயிரை விரித்து, உதடுகள் வெளுத்து, ஒரு வேளையே உணவு உண்டும் நான் நோற்கிற நோன்பினை நீ நினைவில்கொள்ள வேண்டும். இங்கு இப்பொழுது சொல்ல ஒன்று என்னிடம் உள்ளது. என் பெண்மை முதன்மை அடையும்படி கேசவனான நம்பிக்குக் கால் பிடிப்பவள் என்னும் தகுதியை எனக்கு நீ அருள வேண்டும்.

தொழுது முப்போதும் உன் அடி வணங்கித்
தூமலர் தூய்த் தொழுது ஏத்துகின்றேன்;
பழுது இன்றிப் பாற்கடல் வண்ணனுக்கே
பணிசெய்து வாழப் பெறாவிடில், நான்
அழுது அழுது அலமந்து அம்மா வழங்க,
ஆற்றவும் அது உனக்கு உறைக்கும், கண்டாய்
உழுவதோர் எருத்தினை நுகங்கொடு பாய்ந்து
ஊட்டம் இன்றித் துறந்தால் ஒக்குமே. (9)

முக்காலங்களிலும் மனத்தால் தொழுது உன்னுடைய அடிகளை வணங்கித் தூய மலர்களைத் தூவிப் போற்றுகின்றேன். கடல் போன்ற நிறமுடைய திருமாலுக்குக்

குற்றமின்றிப் பணிவிடை செய்து வாழப் பெறாவிட்டால், அழுது மனம் கலங்கி 'அம்மா' என்று துடிக்க நேரிடும். இக்குறை உன்னையே சாரும். அது, ஏர் உழுகின்ற காளையை நுகத்தடியால் தள்ளித் தீனி போடாமல் விலக்குவது போன்றதாகும்.

கருப்பு வில் மலர்க் கணைக் காமவேளைக்
கழலிணை பணிந்து, அங்கு ஓர் கரி அலற
மருப்பினை ஒசித்துப் புள் வாய்பிளந்த
மணிவண்ணற்கு என்னை வகுத்திடு என்று,
பொருப்பு அன்ன மாடம் பொலிந்து தோன்றும்
புதுவையர்கோன் விட்டு சித்தன் கோதை
விருப்பு உடை இன்தமிழ் மாலை வல்லார்
விண்ணவர் கோன் அடி நண்ணுவரே. (10)

யானை அலற அதன் கொம்பை ஒடித்தவனும், பகாசுரப் பறவையின் வாயைப் பிளந்தவனுமான மணிவண்ணனுடன் தன்னைச் சேர்க்குமாறு ஆண்டாள் கரும்பு வில்லும், மலர்க்கணையும் உடைய மன்மதனின் கழலணிந்த அடிகளை வணங்கி வேண்டினாள். மலைபோன்ற மாடம் பொலிந்து தோன்றும் திருவில்லிபுத்தூர் பெரியாழ்வாரின் மகளான கோதை அருளிய இத் தமிழ் மாலையைப் பாட வல்லவர்கள், வானவர்களின் தலைவனான திருமாலின் அடியை அடைவர்.

சிற்றில் சிதைக்க வேண்டாம் என்று வேண்டுதல்

நாமம் ஆயிரம் ஏத்த நின்ற
நாராயணா! நரனே! உன்னை
மாமி தன் மகன் ஆகப் பெற்றால்
எமக்கு வாதை தவிருமே;
காமன் போதரு காலம் என்று பங்
குனி நாள் கடை பாரித்தோம்;
தீமை செய்யும் சிரீதரா! எங்கள்
சிற்றில் வந்து சிதையேலே. (11)

ஆயிரம் பெயர்களால் போற்றும்படி நின்ற நாராயணனே! மனித உருவில் அவதரித்தவனே! எங்கள் மாமி யசோதை உன்னை மகனாகப் பெற்றதால், நாங்கள் உன் குறும்பினால் துன்புறுவது தப்புமோ? பங்குனி மாதம் ஆதலால் மன்மதன் வரும் காலம் என்று பாதையை அலங்கரித்தோம். தீமை செய்யும் சிரீதரனே! எங்களுடைய சிறிய வீடுகளைச் சிதைக்காதே.

இன்று முற்றும் முதுகு நோவ
இருந்து இழைத்த இச் சிற்றிலை
நன்றும் கண் உற நோக்கி நாம் கொளும்
ஆர்வந் தன்னைத் தணிகிடாய்;
அன்று பாலகன் ஆகி ஆலிலை

மேல் துயின்ற எம் ஆதியாய்!
என்றும் உன்தனக்கு எங்கள்மேல் இரக்கம்
எழாதது எம் பாவமே. (12)

எங்கள் முதுகு நோகுமாறு இன்று முழுவதும் இருந்து கட்டிய இந்தச் சிறிய வீட்டை கண்கள் விரிய நன்றாக நோக்கி, நாங்கள் கொண்டிருக்கும் ஆர்வத்தை அழித்துவிடாதே! ஊழிக் காலத்தில் குழந்தையாக வடிவெடுத்து, வெள்ளத்தின்மேல் மிதந்த ஓர் ஆலிலையின்மீது துயின்ற எம் ஆதியே! எக்காலத்திலும் உனக்கு எங்கள்மீது இரக்கம் ஏற்படாதது எங்கள் பாவமே!

குண்டு நீர் உறை கோளரீ! மத
 யானை கோள் விடுத்தாய்! உன்னைக்
கண்டு மால் உறுவோங்களைக் கடைக்
 கண்களால் இட்டு வாதியேல்;
வண்டல் நுண் மணல் தெள;ளி யாம் வளைக்
 கைகளால் சிரமப் பட்டோம்;
தெண் திரைக்கடற் பள்ளியாய்! எங்கள்
 சிற்றில் வந்து சிதையேலே. (13)

ஆழமான பாற்கடலிலே திருக்கண் வளர்ந்த சிங்கமே! மத யானையின் துன்பத்தைப் போக்கியவனே! உன்னைக் கண்டு ஆசைப்படும் எங்களைக் கடைக்கண்ணால் பார்த்து வதைக்காதே! நாங்கள் வண்டலான குறுமணலைக் கொண்டு வந்து கைகளால் சிரமப்பட்டு இச் சிறுவீட்டைக் கட்டியுள்ளோம். தெளிந்த அலைகடலில் பள்ளிகொண்டிருப்பவனே! எங்களுடைய சிறுவீட்டைச் சிதைக்காதே!

பெய்யு மா முகில்போல் வண்ணா! உன்தன்
 பேச்சும் செய்கையும் எங்களை
 மையல் ஏற்றி மயக்க உன் முகம்

மாய மந்திரம் தான் கொலோ?
நொய்யர் பிள்ளைகள் என்பதற்கு உன்னை
நோவ நாங்கள் உரைக்கிலோம்
செய்ய தாமரைக் கண்ணினாய்! எங்கள்
சிற்றில் வந்து சிதையேலே.   (14)

மழை பொழியும் கரியமேகம் போன்ற நிறமுடையவனே! உன்னுடைய பேச்சும் செய்கையும் எங்களை மயக்கிப் பித்தமடையச் செய்கின்றன. உன்னுடைய முகம் சொக்கிடச் செய்யும் மாய மந்திரமோ? தாமரை மலர் போன்ற கண்களை உடையவனே! 'இவர்கள் பலவீனமான பெண் பிள்ளைகள்' என்று பிறர் கூறுவதற்குப் பயந்து, நீ வருந்தும்படி நாங்கள் பேசவில்லை. எங்கள் சிறுவீட்டைச் சிதைக்காதே.

வெள்ளை நுண் மணல் கொண்டு சிற்றில்
விசித்திரப் படவீதி வாய்த்
தெள்ளி நாங்கள் இழைத்த கோலம்
அழித்தி யாகிலும், உன்தன் மேல்
உள்ளம் ஓடி உருகலல்லால்
உரோடம் ஒன்றும் இலோம், கண்டாய்
கள்ள மாதவா! கேசவா! உன்
முகத்தன கண்கள் அல்லவே!   (15)

கள்ளத்தனம் கொண்டு கண்ணா! கேசவா! நாங்கள் வெண் மணற்பொடியால் தெருவிலே யாவரும் வியக்குமாறு தெளித்துக் கட்டிய இச்சிறு வீட்டுக்கோலத்தை நீ அழித்தாலும், எங்கள் மனம் உருகுமே ஒழிய, உன்மேல் கோபம்கொள்ள மாட்டோம். அதற்குக் காரணம், உன் முகத்திலிருக்கும் கண்கள் அல்லவோ!

முற்று இலாத பிள்ளைகளோம் முலை
போந்திலா தோமை நாள்தொறும்

சிற்றில் மேல் இட்டுக் கொண்டு நீ சிறிது
உண்டு திண்ணென நாம் அது
கற்றிலோம் கடலை அடைத்து அரக்கர்
குலங்களை முற்றவும்
செற்று இலங்கையைப் பூசல் ஆக்கிய
சேவகா! எம்மை வாதியேல். (16)

கடலில் அணை கட்டி, இலங்கை சென்று அதனைப் போர்க்களமாக்கி அரக்கர் குலங்களை அழித்தவனே! வளர்ச்சியடையாத இளம் பிள்ளைகளாய், முலை வளர்கின்ற பருவத்திலுள்ள எங்களின் சிறிய வீட்டைச் சிதைத்தலை நாள்தோறும் நீ செய்வதற்கு ஒரு கருத்து உண்டு. அதைப்பற்றிய புரிதலை நாங்கள் இன்னும் அறிந்திருக்கவில்லை.

பேதம் நன்கு அறிவார்களோடு இவை
பேசினால் பெரிது இன் சுவை;
யாதும் ஒன்று அறியாத பிள்ளைகள்
எமை நீ நலிந்து என் பயன்?
ஓத மா கடல்வண்ணா ! உன் மண
வாட்டிமாரொடு சூளுறும்
சேதுபந்தம் திருத்தினாய்! எங்கள்
சிற்றில் வந்து சிதையேலே. (17)

அலைகடல் போன்ற நிறமுடைய கண்ணா! உன் பேச்சின் கருத்தினை அறிகின்றவருடன் நீ பேசினால், அது மிகவும் இனிமை தரும். எதுவும் அறியாத சிறிய பெண்களாகிய எங்களை நீ வருத்துவதனால் என்ன பயன்? கடலின்மீது அணை கட்டியவனே! எங்களின் சிறுவீட்டைச் சிதைக்காதே. உன் மனைவிமார் மீது ஆணையிட்டோம்.

வட்ட வாய்ச் சிறுதூதையோடு
  சிறுசுளகும் மணலும் கொண்டு
இட்டமா விளையாடு வோங்களைச்
  சிற்றில் ஈடழித்து என் பயன்?
தொட்டு உதைத்து நலியேல் கண்டாய்;
  சுடர்ச் சக்கரம் கையில் ஏந்தினாய்!
கட்டியும் கைத்தால் இன்னாமை
  அறிதியே கடல்வண்ணனே!   (18)

ஒளிர்கின்ற சக்கரத்தைக் கையில் ஏந்தியவனே! கடல் போன்ற நிறமுடைய கண்ணனே! வட்டமான வாயையுடைய சிறிய பானையுடன் சிறுமுறமும் மணலும் கொண்டு விருப்பமுடன் விளையாடும் எங்களுடைய சிறுவீட்டைக் கலைப்பதனால் உனக்கு என்ன பயன்? கையால் தொட்டும், காலால் உதைத்தும் வருத்தாதே. மனம் கசந்துபோனால் கருப்பட்டியும் இனிக்காது என்பதை நீ அறிவாயே!

முற்றத்து ஊடு புகுந்து நின் முகம்
  காட்டிப் புன்முறுவல் செய்து
சிற்றிலோடு எங்கள் சிந்தையும் சிதைக்கக்
  கடவையோ? கோவிந்தா!
முற்ற மண்ணிடம் தாவி விண் உற
  நீண்டு அளந்து கொண்டாய்! எம்மைப்
பற்றி மெய்ப்பிணக்கு இட்டக்கால் இந்தப்
  பக்கம் நின்றவர் என் சொல்லார்?   (19)

கோவிந்தா! ஒரு காலால் பூமியைத் தாவி அளந்து, மறு காலால் வானுலகு வரை ஓங்கி அளந்தாய். எங்கள் முற்றத்திலே புகுந்து உன் முகத்தைக் காட்டிப் புன்னகை செய்து, சிற்றில்லையும் மனத்தையும் அழிக்கலாமோ? எங்களைப் பிடித்து உடம்போடு அணைத்துக் கொண்டால், அருகிலிருப்பவர்கள் என்னதான் சொல்லமாட்டார்கள்?

சீதை வாயமுதம் உண்டாய்! எங்கள்
சிற்றில் நீ சிதையேல் என்று
வீதிவாய் விளையாடும் ஆயர்
சிறுமியர் மழலைச் சொல்லை
வேத வாய்த் தொழிலாளர்கள் வாழ் வில்லி
புத்தூர் மன் விட்டு சித்தன்தன்
கோதை வாய்த் தமிழ் வல்லவர் குறைவு
இன்றி வைகுந்தம் சேர்வரே.   (20)

சீதையின் வாய் அமுதம் பருகியவனே! நீ எங்கள் சிறிய வீட்டைச் சிதைக்காதே! என்று தெருவில் விளையாடும் ஆயர்குலச் சிறுமியர் மழலையில் பேசியதாக ஆண்டாள் அருளினாள். வேதம் ஓதுகின்றவர்கள் வாழும் திருவில்லிபுத்தூர் பெரியாழ்வாரின் மகள் கோதையின் வாயில் தோன்றிய தமிழை ஓத வல்லவர்கள் குறைவின்றி வைகுந்தம் சேர்வர்.

கண்ணனிடம் ஆடைகளைத் தருமாறு வேண்டுதல்

கோழி அழைப்பதன் முன்னம்
    குடைந்து நீராடுவான் போந்தோம்;
ஆழியஞ் செல்வன் எழுந்தான்;
    அரவு அணைமேல் பள்ளி கொண்டாய்!
ஏழைமை ஆற்றவும் பட்டோம்,
    இனி என்றும் பொய்கைக்கு வாரோம்;
தோழியும் நானும் தொழுதோம்;
    துகிலைப் பணித்தருளாயே. (21)

ஆதிசேஷன் என்ற பாம்பின்மீது பள்ளிகொண்டிருப்பவனே! கோழி கூவுவதற்கு முன்னரே, தண்ணீருக்குள் மூழ்கிக் குளிப்பதற்காக வந்துவிட்டோம். இப்பொழுது கதிரவன் தோன்றியுள்ளான். உன்னால் துன்பமடைந்த நாங்கள் இனிமேல் என்றைக்கும் குளத்திற்கு வரமாட்டோம். நானும் தோழியும் தொழுகின்றோம். எங்களுடைய ஆடைகளைத் தந்தருள வேண்டும்.

இது என் புகுந்தது இங்கு? அந்தோ!
    இப் பொய்கைக்கு எவ்வாறு வந்தாய்?
மதுவின் துழாய் முடி மாலே!
    மாயனே! எங்கள் அமுதே!
விதி இன்மையால் அது மாட்டோம்;

வித்தகப் பிள்ளாய்! விரையேல்;
குதிகொண்டு அரவில் நடித்தாய்!
குருந்திடைக்கூறை பணியாய்.   (22)

ஐயோ! இங்கே நடந்தது என்ன? இந்தக் குளத்திற்கு நீ எவ்வாறு வந்தாய்? தேன் சொட்டும் துழாய் மாலையைத் தலைமுடியில் சூடியுள்ள திருமாலே! மாயனே! எங்களுக்கு அமுதம் போன்றவனே! பேறு இல்லாமையினால் நீ விரும்பும் சேர்க்கைக்கு உடன்படமாட்டோம். வித்தகப் பிள்ளையே! அவசரப்படாதே, பாம்பின்மீது குதித்துக் கூத்தாடுபவனே! நீ குருந்த மரத்தில் வைத்துள்ள சேலைகளைக் கொடுப்பாயாக!

எல்லே! ஈது என்ன இளமை?
    எம் எனைமார் காணில் ஒட்டார்
பொல்லாங்கு ஈது என்று கருதாய்,
    பூங்குருந்து ஏறி இருத்தி;
வில்லால் இலங்கை அழித்தாய்;
    வேண்டியது எல்லாம் தருவோம்;
பல்லாரும் காணாமே போவோம்;
    பட்டைப் பணித்தருளாயே.   (23)

இது என்ன சிறுபிள்ளைத்தனம்? எங்களுடைய இந்த நிலையை அன்னையர் கண்டால், எங்களைச் சேர்த்துக்கொள்ள மாட்டார்கள். உனது செயலைத் தீங்கானது என்று கருதாமல், பூத்த குருந்த மரத்தின்மேல் ஏறி நிற்கின்றாய். வில்லால் இலங்கையை அழித்தவனே! நீ வேண்டுகின்றனவற்றைத் தருவோம். எங்களுடைய பட்டுத் துணியினைத் தந்தருள வேண்டும். பலரும் காணாதவாறு நாங்கள் போவோம்.

பரக்க விழித்து எங்கும் நோக்கிப்
பலர் குடைந்து ஆடும் சுனையில்,

அரக்க நில்லா கண்ண நீர்கள்
அலமருகின்றவ பாராய்;
இரக்கமேல் ஒன்றும் இலாதாய்!
இலங்கை அழித்த பிரானே!
குரக்கு அரசு ஆவது அறிந்தோம்;
குருந்திடைக்கூறை பணியாய். (24)

பலரும் மூழ்கிக் குளிக்கும் இந்தச் சுனையில், யாரேனும் பார்த்துவிடுவார்களோ என்று நாற்புறத்திலும் உற்றுப்பார்த்துப் பயந்து, கண்ணீர்த்துளிகள் பெருகிட, அடக்க முடியாமல் வருந்துகிறோம். இலங்கையை அழித்த தலைவனே! நீ குரங்குகளுக்கு அரசன் என்பதை அறிவோம். குருந்த மரத்தின்மீது வைத்துள்ள எங்கள் சேலைகளைத் தந்துவிடு.

காலைக் கதுவிடுகின்ற
கயலொடு வாளை விரவி;
வேலைப்பிடித்து என்னைமார்கள்
ஒட்டில் என்ன விளையாட்டோ?
கோலச் சிற்றாடை பலவும்
கொண்டு நீ ஏறியிராதே,
கோலம் கரிய பிரானே!
குருந்திடைக் கூறை பணியாய். (25)

கறுத்த நிறமுடைய கண்ணனே! குளத்திலுள்ள கயல் மீன்களும் வாளை மீன்களும், எங்கள் கால்களைக் கடிக்கின்றன. இதை அறிந்த எங்கள் தமையன்மார் கையில் வேலையேந்தி, உன்னைத் துரத்தினால் பின்னர் உன் விளையாட்டு என்னவாகும்? எனவே, அழகிய சிற்றாடைகளுடன் மரத்தில் ஏறி இருக்காதே! குருந்த மரத்திலுள்ள சேலைகளைத் தந்துவிடு.

தடத்து அவிழ் தாமரைப் பொய்கைத்
தாள்கள் எம் காலைக் கதுவ,
விடத் தேள் எறிந்தாலே போல
வேதனை ஆற்றவும் பட்டோம்;
குடத்தை எடுத்து ஏறவிட்டுக்
கூத்தாட வல்ல எம் கோவே!
படிற்றை எல்லாம் தவிர்ந்து,
எங்கள் பட்டைப் பணித்தருளாயே. (26)

அகன்ற தாமரை மலர்கள் மிக்க குளத்தில் தாமரைத் தண்டுகள் எங்களுடைய கால்களை வலிந்து இழுத்தலால், நஞ்சுடைய தேள் கொட்டியதுபோன்று மிகவும் வேதனையடைகிறோம். குடத்தைத் தூக்கி உயரே எறிந்து கூத்தாட வல்லவனான எம் தலைவனே! உன் குறும்பினைத் தவிர்த்து எங்களுடைய பட்டாடைகளைத் தந்தருள்வாய்.

நீரிலே நின்று அயர்க்கின்றோம்;
நீதி அல்லாதன செய்தாய்;
ஊரகம் சாலவும் சேய்த்தால்;
ஊழி எல்லாம் உணர்வானே!
ஆர்வம் உனக்கே உடையோம்;
அம்மனைமார் காணில் ஒட்டார்;
போர விடாய் எங்கள் பட்டைப்
பூங்குருந்து ஏறியிராதே. (27)

ஊழிக்காலத்தில் எல்லோரையும் காப்பவனே! நாங்கள் தண்ணீரில் நின்று தளர்ச்சியடைந்துவிட்டோம். நெறியற்ற செயல்களைச் செய்கின்றாய். உன்னிடமிருந்து தப்ப நினைத்தால் ஊரானது தொலைவில் உள்ளது. என்றாலும், உன்னிடத்தில் எங்களுக்கு அன்பு அதிகம். நாங்கள் உன்னுடன் சேர்ந்திருப்பதை எங்கள் அன்னையர் ஏற்றுக்கொள்ள மாட்டார்கள். எங்கள் பட்டாடைகளைத்

தந்துவிடு. பூத்திருக்கும் குருந்த மரத்தின் மீதேறிக் குறும்பு செய்யாதே!

> மாமியார் மக்களே அல்லோம்;
>   மற்றும் இங்கு எல்லோரும் போந்தார்;
> தூமலர்க் கண்கள் வளரத்
>   தொல்லை இராத் துயில்வானே!
> சேமமேல் அன்று இது சால,
>   சிக்கென நாம் இது சொன்னோம்;
> கோமள ஆயர் கொழுந்தே!
>   குருந்திடைக் கூறை பணியாய். (28)

முன்னிரவில் குறும்புகள் செய்துவிட்டுப் பின்னிரவில் பூப்போன்ற கண்கள் மூடியிருக்குமாறு உறங்குகின்றவனே! உனக்கு மணஉறவு முறையிலுள்ளோர் மட்டுமில்லாமல், எல்லோரும் இங்கு வந்திருக்கின்றனர். உனது செயல் தகுதி அற்றது என்று உண்மையாக, உறுதியுடன் கூறுகிறோம். அழகிய இடையர்களின் இளங்கொழுந்து போன்றவனே! குருந்த மரத்திலுள்ள எங்களுடைய ஆடைகளைக் கொடுப்பாய்!

> கஞ்சன் வலைவைத்த அன்று
>   காரிருள் எல்லிற் பிழைத்து,
> நெஞ்சு துக்கம் செய்யப் போந்தாய்
>   நின்ற இக் கன்னியரோமை;
> அஞ்ச உரப்பாள் அசோதை,
>   ஆணாட விட்டிட்டு இருக்கும்;
> வஞ்சகப் பேய்ச்சியால் உண்ட
>   மகிமையிலீ! கூறை தாராய். (29)

கம்சன் உன்னைக் கொல்ல முயன்றபோது, இருண்ட இரவில் இடம்மாறிப் பிழைத்தாய்; இன்று தண்ணீரில் நிற்கும் எங்கள் நெஞ்சம் துக்கமடையுமாறு செய்கிறாய்.

யசோதை, நீ பயப்படும்படி அதட்டாமல் வளருமாறு உன்னை விட்டுவிட்டாள். வஞ்சனையாக வந்த பூதனைப் பேயின் பாலைக் குடித்த வெட்கமற்றவனே! சேலைகளைத் தா!

கன்னியரோடு எங்கள் நம்பி
கரிய பிரான் விளையாட்டைப்
பொன் இயல் மாடங்கள் சூழ்ந்த
புதுவையர்கோன் பட்டன் கோதை
இன்னிசையால் சொன்ன மாலை
ஈரைந்தும் வல்லவர் தாம் போய்
மன்னிய மாதவனோடு
வைகுந்தம் புக்கு இருப்பாரே. (30)

எங்கள் தலைவனான கருமை நிறமுடைய கண்ணன், கன்னியருடன் செய்த விளையாட்டை இனிய இசைப் பாடல்களாக ஆண்டாள் பாடினாள். பொன்பூசிய மாடங்கள்மிக்க திருவில்லிபுத்தூர் தலைவரான பெரியாழ்வாரின் மகளான ஆண்டாள் அருளிய பாடல்களைப் பாட, வல்லவர்கள் வைகுந்தம் புகுந்து மாதவனோடு சேர்ந்து இருப்பார்கள்.

கூடல் இழைத்தல்

தெள்ளியார் பலர் கைதொழும் தேவனார்
    வள்ளல் மாலிருஞ்சோலை மணாளனார் பள்ளி
கொள்ளும் இடத்து அடி கொட்டிடக்
    கொள்ளுமாகில், நீ கூடிடு கூடலே.   (31)

கூடலே! தெளிந்த மனமுடைய பலர் கைகளால் தொழுகின்ற இறைவனான திருமால், வள்ளலாகத் திருமாலிருஞ்சோலையில் எழுந்தருளியுள்ளான். இந்த அழகிய மணாளன் பள்ளிகொண்டுள்ள இடத்தில் அவனுடைய அடிகளை நான் பிடிக்குமாறு அவன் மனம் பற்றுவானெனில் நீ கூடிக் காட்டவேண்டும்:

காட்டில் வேங்கடம் கண்ணபுர நகர்,
    வாட்டம் இன்றி மகிழ்ந்து உறை வாமனன்
ஓட்டரா வந்து என் கைப் பற்றித் தன்னொடும்
    கூட்டு மாகில், நீ கூடிடு கூடலே.   (32)

கூடலே! காட்டிலுள்ள வேங்கட மலையிலும், கண்ணபுர நகரத்திலும் மனக்குறை இன்றி, மகிழ்ச்சியுடன் எழுந்தருளியிருக்கும் வாமனனாக அவதாரமெடுத்தவன் ஓடிவந்து என் கையைப் பிடித்துத் தன்னுடன் அணைத்துக் கொள்வானெனில் நீ கூடுக.

பூ மகன் புகழ் வானவர் போற்றுதற்கு
    ஆமகன் அணி வாணுதல் தேவகி
மா மகன் மிகு சீர் வசுதேவர்தம்
    கோமகன் வரில், கூடிடு கூடலே. (33)

பூவில் பிறந்த பரமனும் புகழுடைய தேவர்களும் போற்றுதற்குரிய பெருமைக்குரியவனும், ஒளிர்ந்திடும் நெற்றியை உடைய தேவகிக்கும், நற்குணங்கள் கொண்ட வசுதேவருக்கும் ஆளுமையான மகனாகப் பிறந்த கண்ணன் என்னை அணைக்க வருவானெனில் கூடலே நீ கூடுக.

ஆய்ச்சிமார்களும் ஆயரும் அஞ்சிட,
    பூத்த நீள் கடம்பு ஏறிப் புகப் பாய்ந்து வாய்த்த
காளியன்மேல் நடம் ஆடிய
    கூத்தனார் வரில், கூடிடு கூடலே. (34)

ஆய்ச்சியரும் ஆயரும் அஞ்சும்படியாக, மலர்கள் அடர்ந்து, உயர்ந்த கடம்ப மரத்தின் மேலிருந்து நீருக்குள் பாய்ந்து, பேறுமிக்க காணிய நாகத்தின்மேல் ஆடிய ஆட்டக் கலைஞனான கண்ணன் வருவானாகில் கூடலே நீ கூடுக.

மாட மாளிகை சூழ் மதுரைப் பதி
    நாடி, நம் தெருவின் நடுவே வந்திட்டு,
ஓடை மா மத யானை உதைத்தவன்
    கூடுமாகில், நீ கூடிடு கூடலே. (35)

முகப்படாமுடைய மதம் பிடித்த யானையைக் கொன்ற கண்ணன், மாடமாளிகை சூழ்ந்த மதுரை நகருக்கு வந்து, நம்முடைய தெருவுக்கு நடுவே நடந்து, என்னோடு கூடுவானாகில் கூடிடு கூடலே!

அற்றவன் மருதம் முறிய நடை
    கற்றவன் கஞ்சனை வஞ்சனையிற்
செற்றவன் திகழும் மதுரைப் பதிக்
    கொற்றவன் வரில், கூடிடு கூடலே.   (36)

மருத மரங்கள் முறிந்து விழுமாறு, தவழ்ந்த நடை பயின்று, கம்சனை வஞ்சனையாகவே அழித்த மதுரை மாநகர் மன்னனான கண்ணன், என்னை அடையத் தீர்மானகரமான முடிவுடன் வருவானாகில் கூடலே! நீ கூடிடு.

அன்று இன்னாதன செய் சிசுபாலனும்
    நின்ற நீள் மருதும் எருதும் புள்ளும்
வென்றி வேல்விறல்கஞ்சனும் வீழ முன்
    கொன்றவன்வரில், கூடிடு கூடலே.   (37)

கூடலே! தீமைகளையே செய்த சிசுபாலனும், இரட்டை மருதமரங்களாய்ப் பாதையில் நின்ற அசுரர்களும், ஏழு காளைகளும், பறவை வடிவுடைய பகாசூரனும் வெற்றிவேலையுடைய கம்சனும் அழியும்படி, எல்லோருடைய கண்ணெதிரே வதை செய்த கண்ணன் வருவானாகில் கூடுக.

ஆவல் அன்பு உடையார் தம் மனத்து அன்றி
    மேவலன் விரை சூழ் துவராபதிக்
காவலன் கன்று மேய்த்து விளையாடும்
    கோவலன் வரில், கூடிடு கூடலே.   (38)

ஆவலும் அன்பும் உடையவர்களுடைய மனத்தைத் தவிர, வேறு எங்கும் தங்கிடாதவனும், மணம் கமழ்ந்திடும் துவாரகை மன்னனும், கன்றை மேய்த்து விளையாடும் கோவலனுமான கண்ணன் வருவானெனில் கூடலே! நீ கூடிடு.

ந.முருகேசபாண்டியன்

கொண்ட கோலக் குறள் உருவாய்ச் சென்று
பண்டு மாவலிதன் பெரு வேள்வியில்
அண்டமும் நிலனும் அடி ஒன்றினால்
கொண்டவன் வரில், கூடிடு கூடலே.   (39)

பூணூல், மான் தோல், தண்டு ஆகியவற்றுடன் குள்ளமான வடிவம்கொண்டு, பண்டைக்காலத்தில் மகாபலியின் வேள்விச்சாலைக்குச் சென்று மேலுலகையும் கீழுலகையும் ஒவ்வோர் அடியாலே அளந்தவன் வருவானாகில் கூடலே! நீ கூடிடு.

பழகு நான்மறையின் பொருளாய் மதம்
ஒழுகு வாரணம் உய்ய அளித்த எம்
அழகனார் அணி ஆய்ச்சியார் சிந்தையுள்
குழகனார் வரில், கூடிடு கூடலே.   (40)

நான்கு வேதங்களின் உட்பொருள் ஆனவன்; மதநீர் ஒழுகும் யானையின் துன்பம் போக்கியவன்; என்னைத் தன் அழகாலே கவர்ந்தவன்; அழகிய ஆய்ச்சியர்களின் உள்ளத்தில் தோய்ந்திருக்கும் கண்ணன் வரின் கூடலே! நீ கூடிடு.

ஊடல் கூடல் உணர்தல் புணர்தலை
நீடு நின்ற நிறை புகழ் ஆய்ச்சியர்
கூடலைக் குழற் கோதை முன் கூறிய
பாடல் பத்தும் வல்லார்க்கு இல்லை பாவமே. (41)

ஊடல், கூடல், உணர்தல், புணர்தல் ஆகியவற்றைச் செய்துவந்த நிறைந்த புகழுடைய ஆய்ச்சியர் இழைத்த கூடலைப்பற்றி அழகிய கூந்தலையுடைய ஆண்டாள் அருளிய பத்துப் பாடல்களையும் பாடியவருக்குப் பாவம் எதுவுமில்லை.

குயிற்பத்து

மன்னு பெரும்புகழ் மாதவன் மா மணி
    வண்ணன் மணிமுடி மைந்தன்
தன்னை உகந்தது காரணமாக என்
    சங்கு இழக்கும் வழக்கு உண்டே?
புன்னகை குருக்கத்தி ஞாழல் செருந்திப்
    பொதும்பினில் வாழும் குயிலே!
பன்னி எப்போதும் இருந்து விரைந்து என்
    பவளவாயன் வரக் கூவாய். (42)

புன்னை, குருக்கத்தி, ஞாழல், செருந்தி போன்ற மரங்கள் நிறைந்த சோலையிலே வாழும் குயிலே! நிலைத்திருக்கும் பெரும் புகழினையும் நீல வண்ணத்தினையும் உடையவனாய், மணிகள் பதித்த முடியைச் சூடியவனாய் விளங்கும் கண்ணனை விரும்பியதன் காரணமாக என் கைவளையல்கள் கழன்றுபோவது என்ன முறை! பவளம் போன்ற வாயையுடைய என்னுடைய நாயகன் வரும்படி, எப்பொழுதும் அவனுடைய பெயரினைக் கூறி, விரைந்து நீ கூவுவாயாக.

வெள்ளி விளிசங்கு இடங்கையில் கொண்ட
    விமலன் எனக்கு உருக் காட்டான்,
உள்ளம் புகுந்து என்னை நைவித்து நாளும்
    உயிர்ப்பெய்து கூத்தாட்டுக் காணும்;

கள் அவிழ் செண்பகப்பூ மலர் கோதிக்
களித்து இசை பாடும் குயிலே!
மெள்ள இருந்து மிழற்றி மிழற்றாது என்
வேங்கடவன் வரக் கூவாய். (43)

தேன் துளிர்க்கும் செண்பக மலரைக் கோதி, தேன் அருந்திக் களித்து இசை பாடும் குயிலே! வெண்மையான ஒலிக்கும் சங்கினை இடக்கையில் ஏந்திய தூயோன் தன் உருவத்தை எனக்குக் காட்டவில்லை. அவன், என்னுடைய உள்ளத்தில் புகுந்து என்னைத் தளரச்செய்து, தினமும் உயிரை உருக்கித் தத்தளிக்கச் செய்து வேடிக்கை பார்க்கிறான். நீ மெள்ளச் சென்று மழலைச் சொல்லால் வேங்கடவனை இங்கே வருமாறு கூவுக.

மாதலி தேர் முன்பு, கோல்கொள்ள மாயன்
இராவணன் மேல் சரமாரி
தாய் தலை அற்று அற்று வீழத் தொடுத்த
தலைவன் வர எங்கும் காணேன்
போது அலர் காவிற் புதுமணம் நாறப்
பொறி வண்டின் காமரம் கேட்டு உன்
காதலியோடு உடன் வாழ் குயிலே! என்
கருமாணிக்கம் வரக் கூவாய். (44)

அரும்பு மலர்கின்ற சோலையில் புதிய மணம் பரவ, பொலிவான வண்டின் காமரம் என்னும் பண்ணைக் கேட்டுக் காதலியோடு வாழும் குயிலே! மாதலி இராவணனுடைய தேரின்முன்னே, தன்னுடைய தேரை ஓட்ட, வஞ்சகனான இராவணன்மீது அம்பு மழை தொடுத்து, அவனுடைய நடுத் தலையை அற்று விழும்படி செய்த தலைவனின் வரவை எத் திசையிலும் காணவில்லை. என்னுடைய கருமாணிக்கத்தை இங்கே வருமாறு கூவுக.

என்பு உருகி இன வேல் நெடுங் கண்கள்
இமை பொருந்தா பல நாளும்,
துன்பக் கடல் புக்கு வைகுந்தன் என்பது ஓர்
தோணி பெறாது உழல்கின்றேன்;
அன்பு உடையாரைப் பிரிவு உறு நோயது
நீயும் அறிதி குயிலே!
பொன் புரை மேனிக் கருளக் கொடி உடைப்
புண்ணியனை வரக் கூவாய். (45)

குயிலே! பிரிவுத் துயரால் எலும்புருகி, வேல் போன்ற என் கண்களின் இமைகளும் மூடவில்லை. துன்பக்கடலில் மூழ்கி வைகுண்டநாதன் என்ற தோணியை அடையாமல் தடுமாறுகின்றேன். காதலர்கள் பிரிவினால் அடையும் துன்பத்தை நீ அறியமாட்டாயா? அழகிய திருமேனியை உடைய, கருடக் கொடியுடைய கண்ணனை இங்கே வரும்படிக் கூவுக.

மென்னடை அன்னம் பரந்து விளையாடும்
வில்லிபுத்தூர் உறைவான் தன்
பொன்னடி காண்பது ஓர் ஆசையினால் என்
பொரு கயற் கண்ணினை துஞ்சர்
இன் அடிசிலொடு பால் அமுது ஊட்டி
எடுத்த என் கோலக் கிளியை
உன்னொடு தோழமை கொள்ளுவன், குயிலே!
உலகு அளந்தான் வரக் கூவாய். (46)

மெல்ல நடை நடக்கும் அன்னங்கள் ஓடி விளையாடும் திருவில்லிப்புத்தூரில் எழுந்தருளிய பெருமானின் அழகிய அடிகளைக் காணும் ஆசையில், கெண்டைமீன்கள் போன்ற என் கண்கள் உறங்கவே இல்லை. குயிலே! உலகினை அளந்த திருமாலை இங்கே வருமாறு கூவுக! நீ

அவ்வாறு கூவினால் சோறும் பாலும் ஊட்டி வளர்த்த என் அழகிய கிளியை உன்னுடன் தோழமை கொள்ளச் செய்வேன்.

எத்திசையும் அமரர் பணிந்து ஏத்தும்
இருடீகேசன் வலி செய்ய,
முத்து அன்ன வெண்முறுவல் செய்ய வாயும்
முலையும் அழகு அழிந்தேன் நான்;
கொத்து அலர் காவில் மணித்தடம் கண்படை
கொள்ளும் இளங் குயிலே! என்
தத்துவனை வரக் கூகிற்றியாகில்
தலை அல்லால் கைம்மாறு இலேனே. (47)

பூக்கள் கொத்தாக மலர்கின்ற சோலையிலே, அழகிய இடத்திலே உறங்கும் இளங்குயிலே! தேவர்கள் எல்லாத் திசைகளிலும் வணங்கிப் போற்றுகின்ற பெருமை வாய்ந்த இறைவன், தன்னை எனக்குக் காட்டாமல் துன்பம் செய்கிறான். அதனால் முத்துப்போன்ற வெண்மையான பற்களும், சிவந்த உதடுகளும், முலைகளும் அழகழிந்திடுமாறு ஆனேன். என் உயிருக்கு மூலமான கண்ணனை இங்கே வருமாறு கூவுவாய். ஆனால், என் வாழ்நாள் முழுவதும் என் தலையால் உன்னை வணங்குவது தவிர, வேறொன்றும் அறியேன்.

பொங்கிய பாற்கடல் பள்ளி கொள்வானைப்
புணர்வது ஓர் ஆசையினால், என்
கொங்கை கிளர்ந்து குழைத்துக் குதுகலித்து
ஆவியை ஆகுலம் செய்யும்;
அம் குயிலே! உனக்கு என்ன மறைந்து உறைவு?
ஆழியும் சங்கும் ஒண் தண்டும்
தங்கிய கையவனை வரக் கூவில், நீ
சாலத் தருமம் பெறுதி. (48)

அழகிய குயிலே! அலை பொங்கிடும் பாற்கடலில் பள்ளிகொண்டவனைப் புணர வேண்டுமென்ற ஆசையினால், என் முலைகள் மேலெழுந்து, பருத்துக் குதூகலித்து மறைந்திருப்பதனால் குயிலே எனக்கு என்ன பயன்? சக்கரம், சங்கு, கதை ஏந்திய கைகளையுடைய பெருமான் இங்கே வருமாறு கூவினால் நீ மிகவும் தருமம் செய்தவள் ஆவாய்.

சார்ங்கம் வளை வலிக்கும் தடக்கைச்
சதுரன் பொருத்தம் உடையன்;
நாங்கள் எம் இல்லிருந்து ஒட்டிய கச்சங்கம்
நானும் அவனும் அறிதும்;
தேம் கனி மாம் பொழில் செந்தளிர் கோதும்
சிறு குயிலே திருமாலை
ஆங்கு விரைந்து ஒல்லைக் கூகிற்றியாகில்
அவனை நான் செய்வன காணே. (49)

இனிமையான பழங்களைக் கொண்ட மாந்தோப்பில் சிவந்த தளிர்களை அலகால் கொத்துகின்ற சிறிய குயிலே! சார்ங்கம் என்ற வில்லை வளைத்திழுக்கும் வலிய கைகளை உடைய திறமையுடையவனான திருமால் அன்புடைமையில் வல்லவன். நாங்கள் இருவரும் செய்துகொண்ட ஒப்பந்தத்தை நானும் அவனும் மட்டும் அறிவோம். நீ அவனிடம் சென்று விரைந்து கூவுவாயாகில், உன் முன்னால் நான் அவனைப் படுத்தும் பாட்டைக் காண்பாய்.

பைங்கிளி வண்ணன் சிரீதரன் என்பது ஓர்
பாசத்து அகப்பட்டிருந்தேன்
பொங்குஒளி வண்டு இரைக்கும் பொழில்வாழ் குயிலே
குறிக்கொண்டு இது நீகேள்;
சங்கொடு சக்கரத்தான் வரக் கூவுதல்
பொன்வளை கொண்டு தருதல்

இங்கு உள்ள காவினில் வாழக் கருதில்
இரண்டத்து ஒன்றேல் திண்ணம் வேண்டும். (50)

ஒளி பொங்கிடும் வண்டு இரைந்திடும் சோலையில் வாழும் குயிலே! நான் கூறுவதைக் கவனமாகக் கேள். பசுங்கிளி நிறமுடைய 'சிரீதரன்' என்னும் வலையில் சிக்கிக் கிடக்கிறேன். இந்தச் சோலையில் நீ வாழக் கருதினால் சங்கும் சக்கரமும் கையில் ஏந்தியவன் இங்கே வருமாறு கூவு அல்லது பிரிவினால் கழன்ற பொன்வளையலைக் கொண்டுவந்து கொடு. இவை இரண்டினுள் ஒன்றை நீ கட்டாயம் செய்யவேண்டும்.

அன்று உலகம் அளந்தானை உகந்து
அடிமைக்கண் அவன் வலி செய்ய,
தென்றலும் திங்களும் ஊடறுத்து என்னை
நலியும் முறைமை அறியேன்;
என்றும் இக் காவில் இருந்திருந்து என்னைத்
ததைத்தாதே நீயும் குயிலே!
இன்று நாராயணனை வரக் கூவாயேல்,
இங்குத்தை நின்றும் துரப்பன். (51)

முன்பு உலகளந்த திருமாலை விரும்பி ஆசைப்பட, அவனோ வலியைத் தந்துவிட்டான். தென்றலும் திங்களும் என்னைப் பிளந்து துன்புறுத்தும் நியாயத்தை அறியேன். குயிலே! நீ என்றும் இச்சோலையில் இருந்து இடைவிடாமல் என்னைத் துன்புறுத்தாதே. இன்று நாராயணனை வருமாறு நீ கூவாவிட்டால், இங்கிருந்து உன்னைத் துரத்திவிடுவேன்.

விண் உற நீண்டு அடி தாவிய மைந்தனை
வேற்கண் மடந்தை விரும்பிக்
கண்ணுற என் கடல்வண்ணனைக் கூவு,
கருங்குயிலே! என்ற மாற்றம்

பண் உறு நான்மறையோர் புதுவைமன்னன்
பட்டர்பிரான் கோதை சொன்ன
நண்உறு வாசக மாலை வல்லார் நமோ
நாராயணாய என்பாரே. **(52)**

வேல் போன்ற கண்ணழகும் பெண்மையும் நிரம்பிய ஆண்டாள், வானமளவு வளர்ந்து, அடியெடுத்து வைத்து உலகளந்த பெருமானை விரும்பி, 'கருங்குயிலே' கடல் போன்ற வண்ணமுடைய என் காதலனை இங்கே வருமாறு கூவு என்று பாடினாள். இசையுடன் நான்கு வேதங்களை ஓதும் மறையோர் வாழும் திருவில்லிப்புத்தூர் பெரியாழ்வாரின் மகளான கோதை சொன்ன வாசகங்களை ஓதுபவர்கள் 'நமோ நாராயணாய'வை ஓதிய ஏற்றம் பெறுவர்.

கனவில் கண்ட திருமணத்தைக் கூறுதல்

வாரணம் ஆயிரம் சூழ வலஞ்செய்து
நாரணன் நம்பி நடக்கின்றான் என்று எதிர்
பூரண பொற்குடம் வைத்துப் புறம் எங்கும்
தோரணம் நாட்டக் கனாக் கண்டேன், தோழீ! நான். (53)

தோழியே! தன்னைச் சுற்றிலும் ஆயிரம் யானைகள் சூழ்ந்திருக்க நாராயணன் நம்பி ஊர்வலமாக வருவதால், எதிரே பொன்னாலான நிறைகுடம் வைத்து, நகர் முழுவதும் தோரணத் தூண்கள் நாட்டியிருப்பதாக நான் கனவு கண்டேன்.

நாளை வதுவைமணம் என்று நாள் இட்டு,
பாளை கமுகு பரிசு உடைப் பந்தற் கீழ்
கோளரி மாதவன் கோவிந்தன் என்பான் ஓர்
காளை புகுதக் கனாக் கண்டேன், தோழீ! நான். (54)

தோழீ! நாளைக்குத் திருமணம் என்று நாள் குறித்து, கமுகம் பாளைகளால் அலங்கரிக்கப்பட்ட பந்தலில் நரசிம்மன், மாதவன் கோவிந்தன் என்னும் பெயர்களைக் கொண்ட காளை போன்ற ஓர் இளைஞன் நுழைவதாக நான் கனவு கண்டேன்.

இந்திரன் உள்ளிட்ட தேவர்குழாம் எல்லாம்
வந்திருந்து என்னை மகட் பேசி, மந்திரித்து,
மந்திரக் கோடி உடுத்தி, மணமாலை
அந்தரி சூட்டக் கனாக் கண்டேன், தோழீ! நான். (55)

இந்திரன் உள்ளிட்ட தேவர்கள் கூட்டத்தினர் எல்லோரும் இங்கு வந்து என்னை மணப்பெண்ணாகப் பேசி, மணம் முடிப்பதென்று முடிவெடுத்து, எனக்கு மணப் புடவையை உடுத்தி, என் நாத்தனார் மணம் மிக்க மாலை சூட்டக் கனவு கண்டேன் தோழி.

நால்திசைத் தீர்த்தம் கொணர்ந்து, நனி நல்கி,
பார்ப்பனச் சிட்டர்கள் பல்லார் எடுத்து ஏத்தி,
பூப் புனை கண்ணிப் புனிதனோடு என் தன்னைக்
காப்புநாண் கட்டக் கனாக் கண்டேன், தோழீ! நான். (56)

தோழீ! நான்கு திசைகளிலிருந்தும் கொண்டுவரப்பட்ட தீர்த்தங்களைப் பார்ப்பனர்கள் மணமக்கள்மீது தெளித்து, மந்திரம் ஓதி வாழ்த்தி, மலர்களைச் சூடிய புனிதனான கண்ணனுடன் என்னைச் சேர்த்துக் காப்புக்கயிறு கட்டக் கனவு கண்டேன்.

கதிர் ஒளித் தீபம் கலசம் உடன் ஏந்திச்
சதிர் இள மங்கையர் தாம் வந்து எதிர்கொள்ள,
மதுரையார் மன்னன் அடிநிலை தொட்டு, எங்கும்
அதிரப் புகுதக் கனாக் கண்டேன், தோழீ! நான். (57)

தோழீ! அழகிய இளம்பெண்கள் சூரியன் போன்ற மங்கள விளக்கையும் கலசத்தையும் கையில் ஏந்தியவர்களாய் எதிரே வரவும், மதுரை மன்னனான கண்ணன் பாதுகை அணிந்தவனாய் பூமி அதிர, நடந்துவருவதைக் கனவில் கண்டேன்.

மத்தளம் கொட்ட வரிசங்கம் நின்று ஊத,
முத்து உடைத் தாமம் நிரை தாழ்ந்த பந்தற் கீழ்,
மைத்துனன் நம்பி மதுசூதன் வந்து என்னைக்
கைத்தலம் பற்றக் கனாக் கண்டேன், தோழீ! நான். (58)

தோழி! மத்தளம் முழங்கவும், வலம்புரிச் சங்குகளை ஊதவும், மைத்துனன் முறையுள்ள நம்பியான கண்ணன், முத்து மாலைகளின் வரிசைகள் தொங்கவிடப்பட்ட பந்தலின்கீழே என் கையைப் பிடிக்கக் கனவு கண்டேன்.

வாய் நல்லார் நல்ல மறை ஓதி,
பாசிலை நாணல் படுத்துப் பரிதி வைத்து,
காய் சின மா களிறு அன்னான் என் கைப்பற்றி,
தீ வலஞ் செய்யக் கனாக் கண்டேன், தோழீ! நான். (59)

தோழீ! உச்சரிப்பில் சிறந்த பார்ப்பனர் சிறந்த வேதத்தினை ஓதி, பசுமையான நாணற்புல்லையும், வேள்விப் பொருட்களையும் வைத்திட, மிகவும் சினமுடைய பெரிய யானையைப் போன்றவனான கண்ணன், என் கையைப் பிடித்துத் தீயை வலம்வரக் கனவு கண்டேன்.

இம்மைக்கு ஏழ் ஏழ் பிறவிக்கும் பற்று ஆவான்,
நம்மை உடையவன், நாராயணன் நம்பி
செம்மை உடைய திருக்கையால் தாள் பற்றி
அம்மி மிதிக்கக் கனாக் கண்டேன், தோழீ! நான். (60)

தோழீ! இப்பிறவிக்கும் இனிவரும் எல்லாப் பிறவிகளுக்கும் புகலிடமாக இருப்பவனாய், நமக்கு நண்பனாய், நாராயணனான கண்ணன், தன்னுடைய சிவந்த திருக்கையினால், என்னுடைய காலைப் பிடித்து அம்மியின்மேல் எடுத்துவைக்கக் கனவு கண்டேன்.

வரிசிலை வாள் முகத்து என்னைமார் தாம் வந்திட்டு,
எரிமுகம் பாரித்து, என்னை முன்னே நிறுத்தி,
அரிமுகன் அச்சுதன் கைம்மேல் என் கை வைத்துப்
பொரிமுகந்து அட்டக் கனாக்கண்டேன், தோழீ! நான். (61)

தோழீ! வில் போன்ற புருவமும் ஒளி பொருந்திய முகமும் உடைய என் உடன்பிறந்தோர் வந்து, என்னை வேள்வி நெருப்பைப் பார்க்குமாறு அதன் முன்னே நிறுத்தி, நரசிம்மனான கண்ணனின் கையின்மீது என் கையை வைத்துப் பொரியை அள்ளி நெருப்பிலிடுவதாகக் கனவு கண்டேன்.

குங்குமம் அப்பிக் குளிர் சாந்தம் மட்டித்து,
மங்கல வீதி வலஞ் செய்து, மண நீர்
அங்கு அவனோடும் உடன் சென்று, அங்கு ஆனைமேல்
மஞ்சனம் ஆட்டக் கனாக் கண்டேன், தோழீ! நான். (62)

தோழீ! குங்குமக் குழம்பை உடம்பெல்லாம் பூசி, குளிர்ந்த சந்தனத்தைத் தடவி, யானையின்மேல் கண்ணனுடன் சேர்ந்து அமர்ந்து, அலங்காரமான வீதிகளில் ஊர்வலமாக வந்து, நிறைவாக வாசனை நீரில் மஞ்சனம் ஆடுவதாகக் கனவு கண்டேன்.

ஆயனுக்காகத் தான் கண்ட கனாவினை
வேயர் புகழ் வில்லிபுத்தூர்க்கோன் கோதை சொல்
தூய தமிழ்மாலை ஈரைந்தும் வல்லவர்
வாயும் நன் மக்களைப் பெற்று மகிழ்வரே.   (63)

தோழீ! வேயர்குலத்தில் புகழ்மிக்க திருவில்லிபுத்தூர் பெரியாழ்வாரின் மகளான கோதை, கண்ணனைத் தான் திருமணம் செய்துகொண்ட கனவினைத் தூய தமிழிலே பாடினாள். இப்பாடல்களைப் பாடுவதில் வல்லவர்கள் நல்ல குழந்தைகளைப் பெற்று மகிழ்வார்கள்.

வலம்புரிச் சங்குக்குக் கிடைத்த பேறு

கற்பூரம் நாறுமோ? கமலப் பூ நாறுமோ?
திருப் பவளச் செவ்வாய்தான் தித்தித்திருக்குமோ?
மருப்பு, ஒசித்த மாதவன்தன் வாய்ச்சுவையும் நாற்றமும்
விருப்புற்றுக் கேட்கின்றேன் சொல், ஆழிவெண்சங்கே!
(64)

கடலில் பிறந்த வெண்மையான சங்கே! யானையின் கொம்பை ஒடித்த கண்ணனுடைய உதடுகளின் சுவையையும் மணத்தையும் பற்றி உன்னிடம் கேட்டறிய விரும்புகிறேன். அவனுடைய பவளம் போன்ற சிவந்த உதடுகள் கற்பூரம்போல மணக்குமோ? தாமரை மலர்போல மணம் வீசுமோ? தித்திப்புடன் இருக்குமோ? சொல்.

கடலிற் பிறந்து, கருதாது பஞ்சசனன்
உடலில் வளர்ந்துபோய், ஊழியான் கைத்தலத்து
இடரில் குடியேறி, தீய அசுரர்
நடலைப் பட முழங்கும் தோற்றத்தாய், நற் சங்கே! (65)

நல்ல சங்கே! நீ கடலிலே பிறந்து, பஞ்சசனன் என்னும் அசுரனின் உடலிலே வளர்ந்து, ஊழிக்காலக் கடவுளான திருமாலின் கைத்தலத்தில் குடியேறி, தீய அசுரர்கள் அழிவுபட முழங்கும் தோற்றம் பெற்றாய்.

தட வரையின் மீதே சரற்கால சந்திரன்
இடை உலாவில் வந்து எழுந்தாலே போல், நீயும்
வட மதுரையார் மன்னன் வாசுதேவன் கையில்
குடியேறி வீற்றிருந்தாய், கோலப் பெருஞ் சங்கே! (66)

அழகிய பெரிய சங்கே! வேனில் காலத்தில் முழுநிலவு பெரிய மலைக்குமேல் எழுந்தாற்போல, வடமதுரையிலுள்ள மன்னனான கண்ணனுடைய கையில் நீயும் குடிபுகுந்து, உன் மேன்மை தோன்ற விளங்குகிறாய்.

சந்திரமண்டலம் போல் தாமோதரன் கையில்
அந்தரம் ஒன்று இன்றி ஏறி, அவன் செவியில்
மந்திரம் கொள்வாயே போலும் வலம்புரியே!
இந்திரனும் உன்னோடு செல்வத்துக்கு ஏலானே. (67)

வலம்புரிச் சங்கே! தாமோதரனான கண்ணன் கையில் சந்திர மண்டலம்போல இடைவிடாமல் இருந்து அவன் செவியில் மந்திரம் பேசுகிறாயா? இத்தகைய உன் செல்வத்துக்கு இந்திரனும் ஒப்பாகமாட்டான்.

உன்னோடு உடனே ஒரு கடலில் வாழ்வாரை
இன்னார் இனையார் என்று எண்ணுவார் இல்லை காண்;
மன் ஆகி நின்ற மதுசூதன் வாயமுதம்
பன்னாளும் உண்கின்றாய் பாஞ்சசன்னியமே! (68)

சங்கே! ஒரே கடலில் உன்னுடன் கூடவே வாழ்கின்ற வர்களை 'இவர் இப்படிப்பட்டவர்' என்று நினைப்பவர்கள் இல்லை. நீ ஒருவன் மட்டும் கண்ணனின் வாயமுதத்தைப் பல நாட்களாகப் பருகுகிறாய்.

போய்த் தீர்த்தம் ஆடாதே நின்ற புணர் மருதம்
சாய்த்து ஈர்த்தான் கைத்தலத்தே ஏறிக் குடிகொண்டு,

சேய்த் தீர்த்தமாய் நின்ற செங்கண் மால் தன்னுடைய
வாய்த் தீர்த்தம் பாய்ந்து ஆடவல்லாய், வலம்புரியே!
(69)

வலம்புரிச் சங்கே! பயணம் செய்து புனித நீராடும்
சிரமம் இல்லாமல் இரட்டை மருத மரங்களை முறித்துக்
கண்ணனுடைய கையின் மீதேறிய நீ, அச்செங்கண்மாலின்
வாய்த் தீர்த்தத்தில் நீராடும் பேறு பெற்றிருக்கிறாய்.

செங்கமல நாண் மலர்மேல் தேன் நுகரும் அன்னம் போல்
செங்கண் கருமேனி வாசுதேவனுடைய
அங்கைத் தலம் ஏறி அன்னவசஞ் செய்யும்
சங்கு அரையா! உன் செல்வம் சால அழகியதே! (70)

சங்குகளின் அரசனான வலம்புரியே! அன்று மலர்ந்த
செந்தாமரைப் பூவில் தேனைக் குடிக்கும் அன்னம்போல,
சிவந்த கண்களையும் கறுத்த உடம்பையும் உடைய
கண்ணனின் அழகிய கையின் மீதேறி உறங்கும் உன்
செல்வப்பேறு மிகவும் சிறந்தது.

உண்பது சொல்லில் உலகு அளந்தான் வாயமுதம்;
கண்படை கொள்ளில் கடல் வண்ணன் கைத்தலத்தே;
பெண் படையார் உன் மேல் பெரும் பூசல் சாற்றுகின்றார்;
பண் பல செய்கின்றாய், பாஞ்சசன்னியமே.   (71)

சங்கே! நீ உலகளந்த திருமாலின் வாய்அமுதத்தை
உண்கிறாய்; கடல் போன்ற வண்ணமுடையவனின்
கையில் உறங்குகிறாய். உனக்கு உணவும் உறக்கமும்
கண்ணனிடமே வாய்த்ததால், பெண் குலத்தவர் உன்மீது
வருத்தம் கொண்டுள்ளனர். பண்பற்ற இச்செயலைச்
செய்கின்றாயே!

பதினாறாம் ஆயிரவர் தேவிமார் பார்த்திருப்ப
மதுவாயில் கொண்டாற்போல் மாதவன் தன் வாயமுதம்
பொதுவாக உண்பதனைப் புக்கு நீ உண்டக்கால்,
சிதையாரோ உன்னோடு? செல்வப் பெருஞ்சங்கே! (72)

வளமான பெரிய சங்கே! பதினாறாயிரம் தேவிமார் கண்ணனுடைய வாயமுதம் பருகிடக் காத்திருக்கையில், நீ ஒருவனே புகுந்து தேனைக் குடிப்பதுபோலப் பருகலாமா? எல்லோருக்கும் பொதுவாக உள்ளதனை நீ மட்டும் பருகுவதனால், மற்றவர்கள் உன்னோடு வேறுபாடு கொள்ள மாட்டார்களா?

பாஞ்சசன்னியத்தைப் பத்ப நாபனோடும்
வாய்ந்த பெருஞ்சுற்றம் ஆக்கிய வண்புதுவை
ஏய்ந்த புகழ்ப் பட்டர்பிரான் கோதை தமிழ் ஈரைந்தும்
ஆய்ந்து ஏத்த வல்லார் அவரும் அணுக்கரே.   (73)

அழகிய வில்லிப்புத்தூரில் புகழுடைய பட்டர்பிரானுக்கு மகளான கோதை, பாஞ்சசன்னிய சங்கைப் பத்மநாபனாகிய கண்ணனுடன் நெருங்கிய சுற்றமாக்கிப் பாடியுள்ள பத்துப் பாசுரங்களைப் பாடித் துதிக்க வல்லவர்கள், பெருமானுடன் நெருங்கி இருப்பர்.

மேக விடு தூது

விண் நீல மேலாப்பு விரித்தாற்போல் மேகங்காள்!
தெண் நீர் பாய் வேங்கடத்து என் திருமாலும்
                                             போந்தானே?
கண்ணீர்கள் முலைக்குவட்டிற் துளி சோரச்
                                             சோர்வேனைப்
பெண் நீர்மை ஈடழிக்கும் இது தமக்கு ஓர்
                                             பெருமையே?   (74)

வானத்தில் நீலநிற மேலாப்பு விரித்ததுபோல விளையாடும் மேகங்களே! தெளிந்த அருவி பாயும் வேங்கட மலையிலுள்ள என்னுடைய திருமால் உங்களுடன் வந்தானோ? பிரிவினால், என் முலைக்கண்ணில் கண்ணீர்த்துளிகள் சொட்டுமாறு வருந்தி அழுகின்ற என் பெண்மையின் உயர்வை அழித்தல் அவனுக்குப் பெருமைதரக்கூடிய ஒன்றா?

மா முத்தநிதி சொரியும் மா முகில்தாள்! வேங்கடத்துச்
சாமத்தின் நிறங்கொண்ட தாளாளன் வார்த்தை என்னே?
காமத்தீ உள்புகுந்து கதுவப்பட்டு, இடைக் கங்குல்
ஏமத்து ஓர் தென்றலுக்கு இங்கு இலக்காய் நான்
                                             இருப்பேனே?   (75)

முத்து முத்துக்களாய்ப் பொழியும் மேகங்களே! நீல நிறமுடைய வேங்கடமுடையான் என்னும் மேன்மையுடையவனிடமிருந்து செய்தி ஏதாவது உண்டா? காமமான தீ என்னுள் புகுந்து கவ்வியதால், நள்ளிரவில் வீசும் தென்றல் காற்றினுக்கும் இலக்காகி நான் இங்கு இருப்பேனோ?

ஒளிவண்ணம் வளை சிந்தை உறக்கத்தோடு
                                        இவை எல்லாம்
எளிமையால் இட்டு என்னை ஈடழியப் போயினவால்;
குளிர் அருவி வேங்கடத்து என் கோவிந்தன் குணம் பாடி
அளியத்த மேகங்காள்! ஆவி காத்து இருப்பேனே? (76)

அருள்புரியும் மேகங்களே! என் உடலின் ஒளியும் வண்ணமும் வளைகளும் மனமும் உறக்கமும் ஆகியனவற்றை எளிமைகொண்டதால், நான் நிலையழிந்திட அவை என்னைவிட்டு நீங்கின. குளிர்ந்த அருவி கொட்டும் திருமலையில் உள்ள என் கோவிந்தனின் பண்புகளால் பாடி, என் உயிரைக் காத்திட முடியுமா?

மின் ஆகத்து எழுகின்ற மேகங்காள்! வேங்கடத்துத்
தன் ஆகத் திருமங்கை தங்கிய சீர் மார்வற்கு
என் ஆகத்து இளங்கொங்கை விரும்பித் தாம் நாள்தோறும்
பொன் ஆகம் புல்குதற்கு என் புரிவுடைமை
                                        செப்புமினே. (77)

மின்னலைத் தோற்றுவிக்கும் முகில்களே! என் நெஞ்சின் இளமுலைகளை விரும்பி அந்தப் பெருமான் தன் மார்புடன் தினமும் தழுவவேண்டுமென்ற ஆசையை, திருமகளைத் தன் மார்பில் கொண்டுள்ள திருவேங்கடமுடையானிடம் சொல்லுங்கள்.

வான் கொண்டு கிளர்ந்து எழுந்தமாமுகில்காள்!
வேங்கடத்துத்
தேன் கொண்டு மலர் சிதறத் திரண்டு ஏறிப்
பொழிவீர்காள்!
ஊன் கொண்ட வள்உகிரால் இரணியனை உடல்
இடந்தான்
தான் கொண்ட சரிவளைகள் தருமாகிற் சாற்றுமினே.
(78)

வானில் மேலெழுந்த மேகங்களே! திருமலையில் தேன்கொண்ட மலர்கள் சிதறுமாறு திரண்டு பொழியுங்கள். தசையுடன்கூடிய கூர்மையான நகங்களால் இரணியன் உடலைக் கிழித்துப்போட்டவன் என்னிடமிருந்து பறித்த கைவளைகளைத் திருப்பித் தருவதானால் என் நிலையை அவனுக்குச் சொல்லுங்கள்.

சலங் கொண்டு கிளர்ந்து எழுந்த தண்முகில்காள்!
மாவலியை
நிலங் கொண்டான் வேங்கடத்தே நிரந்து
ஏறிப்பொழிவீர்காள்!
உலங்கு உண்ட விளங்கனி போல் உள்
மெலியப்புகுந்து என்னை
நலம் கொண்டு நாரணற்கு என் நடலைநோய்
செப்புமினே. (79)

நீரை மொண்டு மேலெழுந்த குளிர்ச்சியான மேகங்களே! மாவலியிடம் நிலத்தைக் கேட்டுப் பெற்றவன் இருக்கும் வேங்கட மலையின்மீது பரந்து மழை பொழிபவர்களே! உலங்கு என்னும் கொசுக்கள் உண்ட விளாம்பழம், உள்ளே ஒன்றுமில்லாமல் போவது போல், என்னுள்ளே புகுந்து என் நலன்களை அழித்த நாராயணனுக்கு என் காதல் துன்பத்தைத் தெரிவியுங்கள்.

சங்க மா கடல் கடைந்தான் தண் முகில்காள்!
வேங்கடத்துச்
செங்கண் மால் சேவடிக் கீழ் அடிவீழ்ச்சி விண்ணப்பம்;
கொங்கை மேல் குங்குமத்தின் குழம்பு
அழியப்புகுந்து ஒருநாள்,
தங்குமேல், என் ஆவிதங்கும் என்று உரையீரே.   (80)

சங்குகளுடைய பெருங்கடலைக் கடைந்தவனின் வேங்கடத்து மலையிலுள்ள குளிர்ச்சியான மேகங்களே! சிவந்த கண்களை உடைய திருமாலின் திருவடிகளின்கீழ் அடியாளின் விண்ணப்பம். என் முலைகளின்மீது பூசப்பெற்ற குங்குமக் குழம்பு அழியுமாறு, ஒரு நாளாவது அணைத்தால் என் உயிர் நிலைக்கும் என்று அவனிடம் சொல்லுங்கள்.

கார் காலத்து எழுகின்ற கார்முகில்காள்! வேங்கடத்துப்
போர்க் காலத்து எழுந்தருளிப் பொருதவனார் பேர் சொல்லி,
நீர்க் காலத்து எருக்கின் அம் பழ இலை போல, வீழ்வேனை
வார் காலத்து ஒருநாள் தம் வாசகம் தந்தருளாரே? (81)

மழைக்காலத்தில் எழுகின்ற கரிய மேகங்களே! போர்க்களத்தில் நின்று வெற்றிபெற்ற பெருமானின் நாமங்களைச் சொல்லி, மழைக்காலத்தில் பழுத்துக் கீழே விழும் எருக்கம் இலைபோல விழுகின்ற என்னிடம் ஒரு நாளாவது அவன் பேசமாட்டானா?

மத யானை போல் எழுந்த மா முகில்காள்!
வேங்கடத்தைப்
பதியாக வாழ்வீர்காள்! பாம்பு அணையாள்
வார்த்தை என்னே!
கதி என்றும் தான் ஆவான் கருதாது ஓர்
பெண்கொடியை

ந.முருகேசபாண்டியன்

வதை செய்தான் என்னும் சொல் வையகத்தார்
மதியாரே? (82)

வேங்கட மலையை வாழிடமாகக் கொண்டு மதயானைபோல் எழுந்த மேகங்களே! பாம்பினைப் படுக்கையாகக் கொண்டவனின் பேச்சுத்தான் யாது? எனக்குக் கதியாக என்றுமிருப்பவன் என்று கருதாமல், ஒரு பெண்பிள்ளையை வதைத்தான் என்னும் பேச்சை உலகத்தோர் மதிக்கமாட்டார்கள்.

நாகத்தின் அணையானை நன்னுதலான் நயந்து
உரை செய்
மேகத்தை வேங்கடக்கோன் விடு தூதில் விண்ணப்பம்
போகத்தில் வழுவாத புதுவையர்கோன் கோதை தமிழ்
ஆகத்து வைத்து உரைப்பார் அவர் அடியார்
ஆகுவரே. (83)

பக்தி நெறியில் வழுவாத திருவில்லிப்புத்தூர் பெரியாழ்வாரின் மகளான அழகிய நெற்றியை யுடைய ஆண்டாள், பாம்பினைப் படுக்கையாகக் கொண்டிருக்கும் வேங்கடமுடையான்மீது ஆசைப்பட்டு, நயந்து உரை செய்திட மேகத்தைத் தூதுவிட்டாள். அவள் பாடிய பாசுரங்களை மனத்தில் கொண்டு பாடுகிறவர்கள் திருமாலுக்கு அடியவர் ஆவர்.

திருமாலிருஞ்சோலைப் பெருமானை வழிபடுதல்

சிந்தூரச் செம்பொடி போல் திருமாலிருஞ்
சோலை எங்கும்
இந்திர கோபங்களே எழுந்தும் பரந்திட்டனவால்;
மந்தரம் நாட்டி அன்று மதுரக் கொழுஞ்சோறு கொண்ட
சுந்தரத் தோளுடையான் கழலையினின்று உய்துங்
கொலோ? (84)

திருமாலிருஞ்சோலையில் சிவந்த சிந்தூரப் பொடிபோல எங்கும் தம்பலப் பூச்சிகள் மேலெழுந்து பரவியுள்ளன. அன்று மந்தர மலையை நாட்டிப் பாற்கடலைக் கடைந்து இனிய அமுதம் போன்ற திருமகளை மணந்துவந்த அழகிய தோளுடையவன் வீசிய வலையிலிருந்து தப்பிப் பிழைப்பேனோ?

போர்க்களிறு பொரும் மாலிருஞ்சோலை அம் பூம்புறவில்
தார்க்கொடி முல்லைகளும் தவள நகை காட்டுகின்ற
கார்க்கொள் பிடாக்கள் நின்று கழறிச் சிரிக்கத் தரியேன்
ஆர்க்கு இடுகோ? தோழீ! அவன் தார் செய்த
பூசலையே. (85)

போர்த்தொழில் யானைகள் பொருந்தி விளையாடும் திருமாலிருஞ்சோலையின் மலை அடிவாரத்தில் கொடி

முல்லைகள் அழகனின் புன்முறுவலை நினைப்பூட்டுகின்றன. நீருடைய பிடாக் கொடிகள் சிரிப்பதுபோல் மலர்வதைத் தாங்கமுடியவில்லை. தோழீ! அவனுடைய தோளிலுள்ள மாலை செய்த துயரை யாரிடம் கூறுவேன்?

கருவிளை ஒண் மலர்காள்! காயா மலர்காள்! திருமால்
உரு ஒளி காட்டுகின்றீர், எனக்கு உய் வழக்கு
     ஒன்று உரையீர்;
திரு விளையாடு திண் தோள் திருமாலிருஞ்
     சோலை நம்பி
வரிவளை இற் புகுந்து வந்திபற்றும் வழக்கு
     உளதோ? (86)

காக்கணம் மலர்களே! காயா மலர்களே! நீங்கள் திருமாலின் மேனி நிறத்தை நினைவூட்டுகின்றீர்கள். எனக்குப் பிழைக்கும் வகை சொல்லுங்கள். திருமகள் பொலிந்திருக்கும் திண்மையான தோள்களை உடைய அழகர் என் வீட்டினுள் நுழைந்து என் வளையல்களை வலிந்துகொண்டு போவது நேர்மையானதோ?

பைம்பொழில் வாழ் குயில்காள்! மயில்காள்! ஒண்
     கருவிளைகாள்!
வம்பக் களங்கனிகாள்! வண்ணப் பூவை நறுமலர்கள்!
ஐம்பெரும் பாதகர்காள்! அணி மாலிருஞ்சோலை
     நின்ற
எம்பெருமானுடைய நிறம் உங்களுக்கு என்
     செய்வதே? (87)

பசிய சோலையில் வாழும் குயில்களே! மயில்களே! காக்கணம் மலர்களே! புதிய களாப் பழங்களே! நல்ல மணமும் நிறமும் மிக்க காயா மலர்களே! நீங்கள் ஐவரும் பெரும் பாதகர்கள்! திருமாலிருஞ்சோலையிலுள்ள எம்பெருமானுடைய நிறமானது உங்களுக்கு எதற்காக?

துங்க மலர்ப் பொழில் சூழ் திருமாலிருஞ்
சோலை நின்ற
செங்கண் கருமுகிலின் திருவுருப் போல் மலர்மேல்
தொங்கிய வண்டினங்காள்! தொகு
பூஞ்சுனைகாள்! சுனையில்
தங்கு செந்தாமரைகாள்! எனக்கு ஓர் சரண்
சாற்றுமினே. (88)

உயர்ந்த மலர்ச்சோலைகள் சூழ்ந்திருக்கும் திருமாலிருஞ்சோலையில் நின்ற, சிவந்த கண்ணும் கரிய மேக வடிவமுமுடைய எம்பெருமான்போல் மலர்மேல் தங்கிடும் வண்டுகளே! அடுத்தடுத்து இருக்கும் சுனைகளே! சுனையில் உள்ள செந்தாமரை மலர்களே! எனக்கு ஒரு புகலிடம் சொல்லுங்கள்.

நாறு நறும் பொழில் மாலிருஞ்சோலை நம்பிக்கு
நான்
நூறு தடாவில் வெண்ணெய் வாய்நேர்ந்து பராவி
வைத்தேன்;
நூறு தடா நிறைந்த அக்கார அடிசில் சொன்னேன்;
ஏறுதிருவுடையான் இன்று வந்து
இவைகொள்ளுங்கொலோ? (84)

மணம் மிக்க திருமாலிருஞ்சோலையில் உள்ள அழகருக்கு நூறு பானைகளில் வெண்ணெயை நிறைத்து வைத்து வாயார வாழ்த்தினேன்; நூறு பானைகளில் நிறைந்திருந்த அக்கார அடிசில் என்னும் இனிப்பையும் அளித்தேன். மார்பில் வீற்றிருக்கும் திருமகளின் நாதன் இன்று இவற்றைக் கொள்வாரோ!

இன்று வந்து இத்தனையும் அமுது செய்திடப்
பெறில், நான்

ஒன்று நூறாயிரமாக் கொடுத்துப் பின்னும் ஆளும்
செய்வன்;
தென்றல் மணம் கமழும் திருமாலிருங்சோலை
தன்னுள்
நின்றபிரான் அடியேன் மனத்தே வந்து
நேர்படிலே. (90)

நல்ல மணத்துடன் தென்றல் காற்றும் வீசும் திருமாலிருஞ்சோலைப் பெருமான் இன்றுவந்து வெண்ணெயையும் அக்கார அடிசிலையும் அமுது செய்வானாகில், இன்னும் நூறாயிரம் பானைகளில் அமுது அளிப்பேன், அவன் அடியேன் மனத்தில் வந்து குடியேறியதாகக் கருதுவேன்.

காலை எழுந்திருந்து கரிய குருவிக் கணங்கள்
மாலின் வரவு சொல்லி மருள் பாடுதல்
மெய்ம்மைகொலோ?
சோலைமலைப் பெருமான் துவாராபதி எம்பெருமான்
ஆலின் இலைப் பெருமான் அவன் வார்த்தை
உரைக்கின்றதே. (91)

கரிய குருவிக்கூட்டங்கள் காலையிலே எழுந்து, திருமாலிருஞ்சோலை மலைப் பெருமானை, துவாரகை மன்னனை, ஆலிலையில் வளர்ந்த ஆண்டவன் மொழியினைச் சொல்லுகின்றன. அவை திருமாலின் வருகையைக் கூறி 'மருள்' என்னும் பண்பாடுதல் உண்மைதானா?

கோங்கு அலரும் பொழில் மாலிருஞ்
சோலையிற்கொன்றைகள் மேல்
தூங்கு பொன் மாலைகளோடு உடனாய் நின்று
தூங்குகின்றேன்

பூங்கொள் திருமுகத்து மடுத்து ஊதிய சங்கு ஒலியும்
சார்ங்கவில் நாண் ஒலியும் தலைப்பெய்வது எஞ்
ஞான்றம் கொலோ? (92)

கோங்கு மரங்கள் மலரும் பொழிலுடைய திருமாலிருஞ்
சோலையில் கொன்றை மரங்கள்மேல் தொங்கும்
அழகிய பொன்நிற மாலைகளுடன் நானும் பயனற்றுக்
கிடக்கிறேன். திருமால் அழகிய பவளவாயில் வைத்து
ஊதும் சங்கொலியும், சார்ங்க வில்லினுடைய நாண்
ஒலியும் கேட்கப் பெறுவது என்றைக்கோ?

சந்தொடு காரகிலும் சுமந்து தடங்கள் பொருது
வந்திழியும் சிலம்பாறு உடை மாலிருஞ்சோலை நின்ற
சுந்தரனைச் சுரும்பு ஆர் குழற் கோதை
 தொகுத்து உரைத்த
செந்தமிழ் பத்தும் வல்லார் திருமாலடி சேர்வர்களே.
(93)

சந்தனத்தோடு அகிலும் சுமந்து, கரைகளை
அழித்தவாறு பாயும் சிலம்பாற்றினை உடைய திருமாலிருஞ்
சோலை அழகரைப் பற்றி, வண்டு மொய்க்கும் மலர்
அணிந்த கூந்தலுடைய கோதை பாடிய செந்தமிழ்ப்
பாடல் பத்தையும் பாடவல்லார் திருமாலின் அடியைச்
சேர்வார்கள்.

பிரிவினால் வருந்துதல்

கார்க்கோடற் பூக்காள்! கார்க்கடல் வண்ணன்
                             என்மேல் உம்மைப்
போர்க் கோலம் செய்து போர் விடுத்தவன் எங்கு
                             உற்றான்?
ஆர்க்கோ இனி நாம் பூசல் இடுவது? அணி துழாய்த்
தார்க்கு ஓடும் நெஞ்சந்தன்னைப்
            படைக்கவல்லேன், அந்தோ!   (94)

கருமையான காந்தள் மலர்களே! என்னுடன் போர்க் கோலம்கொண்டு போர் செய்யுமாறு உங்களை அனுப்பிய கருத்த கடல்போல் நிறமுடைய திருமால் எங்கே இருக்கிறான்? உங்களால் நலிவடைந்த நான் இனி யாரிடம் முறையிடுவது? அவனுடைய திருத்துழாய் மாலையை விரும்பி அவன் பின் ஓடுகின்ற நெஞ்சமுடைய நான் அதனை எவ்வாறு பெறுவேன். ஐயோ!

மேல்தோன்றிப் பூக்காள்! மேல் உலகங்களின்
                             மீது போய்
மேல்தோன்றும் சோதி வேத முதல்வர் வலங்கையில்
மேல் தோன்றும் ஆழியின் வெஞ்சுடர் போலச்
                             சுடாது, எம்மை
மாற்றோலைப் பட்டவர் கூட்டத்து வைத்துக்
                             கொள்கிற்றிரே?   (95)

காந்தள் மலர்களே! மேலுலகங்களைக் கடந்து, அவற்றுக்கு மேம்பட்டு விளங்கும் ஒளியான வேத முதல்வரின் வலக்கையில் தோன்றும் சக்கரத்தின் வெம்மையான சுடர்போல என்னை வருத்தாமல், என்னைத் துன்பம் தவிர்த்தவர்களுடைய கூட்டத்தில் சேர்ப்பீர்களோ?

கோவை மணாட்டி! நீ உன் கொழுங்கனி
கொண்டு எம்மை
ஆவி தொலைவியேல்; வாயழகர் தம்மை அஞ்சுதும்;
பாவியேன் தோன்றிப் பாம்பு அணையார்க்குந் தம்
பாம்புபோல்
நாவும் இரண்டு உள ஆய்த்து நாணிலியேனுக்கே. (96)

மணவாட்டி போன்ற கோவைக் கொடியே! உன் சிவந்த பழத்தினால் என் உயிரைப் போக்காதே; சிவந்த இதழையுடைய பெருமானை நினைந்து அஞ்சுகிறேன். பாவியாகிய நான் பிறந்ததனால், பாம்பின்மேல் பள்ளிகொண்டிருப்பவருக்கும் தன்னுடைய பாம்புபோல நாக்கும் இரட்டையாகின, வெட்கமில்லாத எனக்காகவே.

முல்லைப் பிராட்டி! நீ உன் முறுவல்கள்
கொண்டு எம்மை
அல்லல் விளைவியேல்; ஆழிநங்காய்! உன்
அடைக்கலம்;
கொல்லை அரக்கியை மூக்கு அரிந்திட்ட குமரனார்
சொல்லும் பொய்யானால், நானும் பிறந்தமை
பொய் அன்றே? (97)

முல்லைக்கொடியே! நீ உனது புன்முறுவலினால் எம்பெருமானை எனக்கு நினைவூட்டி வருத்தம் உண்டாக்காதே. தன் வரம்பினை மீறிச் செயல்பட்ட சூர்ப்பனகையின் மூக்கை அரிந்திட்ட இராமனின்

சொல்லும் பொய்யானால், இவ்வுலகில் நான் பிறந்ததும் பொய் அன்றோ!

பாடும் குயில்கள்! ஈது என்ன பாடல்? நல் வேங்கட
நாடர் நமக்கு ஒரு வாழ்வு தந்தால் வந்து பாடுமின;
ஆடும் கருளக் கொடி உடையார் வந்து அருள்செய்து
கூடுவராயிடில் கூவி நும் பாட்டுக்கள் கேட்டுமே. (98)

பாடும் குயில்களே! நீங்கள் என்ன பாடுகிறீர்கள்? இனிய திருவேங்கடமலைப் பெருமான் எனக்கு ஒரு வாழ்வு தந்தால், அப்பொழுது வந்து பாடுங்கள். பறக்கின்ற கருடக் கொடியினை உடைய எம்பெருமான் அருளுடன் என்னைக் கூடுவாராயின், அப்பொழுது உம்மை அழைத்துப் பாட்டுகள் கேட்போம்.

கண மா மயில்காள்! கண்ணபிரான் திருக்கோலம் போன்று
அணி மா நடம் பயின்று ஆடுகின்றீர்க்கு அடி வீழ்கின்றேன்;
பணம் ஆடு அரவணைப் பற்பல காலமும் பள்ளிகொள்.
மணவாளர் நம்மை வைத்த பரிசு இது காண்மினே. (99)

மயில் கூட்டங்களே! கண்ணனின் அழகிய வடிவமுடையராய், சிறந்த நாட்டியம் பயின்று ஆடுகின்ற உங்கள் அடிகளை வணங்குகிறேன். படமெடுத்து ஆடும் பாம்பைப் பன்னெடுங்காலமாகப் படுக்கையாகக் கொண்ட மணவாளர், எனக்குத் தந்த பரிசு உங்கள் காலில் விழும்படிச் செய்ததுதான்.

நடம் ஆடித் தோகை விரிக்கின்ற மா மயில்காள்! உம்மை

நடம் ஆட்டம் காணப் பாவியேன் நான் ஓர் முதல்
இலேன்;
குடம் ஆடு கூத்தன் கோவிந்தன் கோமிறை
செய்து எம்மை
உடைமாடு கொண்டான் உங்களுக்கு இனி ஒன்று
போதுமே?   (100)

நாட்டியமாடித் தோகைகளை விரிக்கின்ற பெரிய மயில்களே! உம் நாட்டியத்தைப் பார்க்க என்னிடம் எந்தக் கைமுதலும் இல்லை. குடக்கூத்தாடிய கோவிந்தன், தன் ஆளுமையைக் காட்டி என் உடைமைகளை எல்லாம் கவர்ந்தான். இனி என் முன்னால் கூத்தாடி என்னை வருத்தும் செயல் உங்களுக்குத் தகுமோ?

மழையே! மழையே! மண் புறம் பூசி உள்ளாய்
நின்று
மெழுகு ஊற்றினாற் போல ஊற்று நல்
வேங்கடத்து உள் நின்ற
அழகப்பிரானார் தம்மை என் நெஞ்சத்து அகப்படத்
தழுவநின்று என்னைத் தகைத்துக்கொண்டு
ஊற்றவும் வல்லையே?   (101)

மழையே! மழையே! ஈர மண்ணைப் பூசி, உள்ளே இருக்கும் மெழுகைச் சுடவைத்து, வெளியே தள்ளுவதுபோல, என்னை அணைத்து, அதற்குப்பின் என் நெஞ்சினை உருக்கிய எம்பெருமான் தள்ளிவிட்டான். அவனை அணைக்கும்படி என்னை அவருடன் நெருக்கிவைத்துப் பொழிய வல்லையோ?

கடலே! கடலே! உன்னைக் கடைந்து கலக்கு
உறுத்து
உடலுள் புகுந்துநின்று ஊறல் அறுத்தவற்கு
என்னையும்

உடலுள் புகுந்துநின்று ஊறல் அறுக்கின்ற
                                         மாயற்கு என்
நடலைகள் எல்லாம் நாகணைக்கே சென்றுள
                                         உரைத்தியே?   (102)

கடலே! கடலே! உன்னைக் கடைந்து கலக்கி, உன்னுள் புகுந்து நின்று அமுதத்தை எடுத்தவன் என் உடம்பிலும் புகுந்து என் உயிரை அறுக்கிறான். இம் மாயவனான பெருமானிடம் என் துன்பங்களை எல்லாம் அவன் படுக்கையாகிய பாம்பிடமே சென்று நீ கூற வேண்டும்.

நல்ல என் தோழீ! நாகணைமிசை நம்பரர்
செல்வர் பெரியர்; சிறு மானிடவர் நாம் செய்வதென்?
வில்லி புதுவை விட்டு சித்தர் தங்கள் தேவரை
வல்ல பரிசு வருவிப்பரேல் அது காண்டுமே.   (103)

என் நல்ல தோழியே! பாம்பின்மீது பள்ளிகொள்ளும் நம் பெருமான் செல்வர்; எல்லோரையும்விட மிகப் பெரியவர். சிறிய மானிடரான நாம் செய்வது என்ன? வில்லிப்புத்தூர் பெரியாழ்வார் பெருமானைத் தம்மால் கூடிய வழிகளால் அழைத்தால், வரப்பெறுகிறவனைக் கண்டு நாம் வணங்குவோம்.

திருவரங்கன் மேலுற்ற காதல்

தாம் உகக்கும் தம்கையிற் சங்கமே போலாவோ
யாம் உகக்கும் எம் கையில் சங்கமும் ஏந்திழையீர்!
தீமுகத்து நாகணைமேல் சேரும் திருவரங்கர்
ஆ! முகத்தை நோக்காரால் அம்மனே! அம்மனே!
(104)

பெண்களே! நான் விரும்பி அணிந்துள்ள கைவளையல்கள், திருமால் விருப்பத்துடன் தன் கையில் ஏந்தியுள்ள சங்குடன் ஒவ்வாதோ? தீப்போன்ற கொடிய முகமுடைய பாம்பின்மீது பள்ளி கொண்டுள்ள அரங்கநாதன் என் முகத்தைப் பார்க்கவில்லையே! அந்தோ! அந்தோ!

எழில் உடைய அம்மனைமீர்! என் அரங்கத்து
இன்னமுதர்,
குழல் அழகர், வாய் அழகர், கண் அழகர்,
கொப்பூழில்
எழு கமலப் பூ அழகர், எம்மானார் என்னுடைய
கழல் வளையைத் தாமும் கழல் வளையே
ஆக்கினரே. (105)

எழிலான அன்னையரே! அரங்கநாதரான இனிய அமுதம் போன்றவர் குழல் அழகர், இதழ் அழகர், கண்

அழகர், கொப்பூழில் எழுகின்ற தாமரை மலர் அழகர். என்னுடைய தலைவரான அவர், என் கைவளையைக் கழன்றுபோகும் வளையாக ஆக்கிவிட்டார்.

> பொங்கு ஓதம் சூழ்ந்த புவனியும் விண்உலகும்
> அங்கு ஆதும் சோராமே ஆள்கின்ற எம்பெருமான்
> செங்கோல் உடைய திருவரங்கச் செல்வனார்
> எம் கோல்வளையால் இடர்தீர்வர் ஆகாதே? (106)

பொங்குகின்ற கடல் சூழ்ந்த பூவுலகும் விண்ணுலகும் எந்தக் குறையுமின்றி ஆளுகின்ற எம்பெருமான், செங்கோலை உடைய திருவரங்கத்துச் செல்வனாகத் திகழ்கின்றார். அவர் என்னுடைய திண்மையான வளைகொண்டு தம் குறையெல்லாம் தீர்ந்து நிறைவு பெறுவாரோ?

> மச்சு அணி மாட மதில் அரங்கர் வாமனனார்
> பச்சைப் பசுந் தேவர் தாம் பண்டு நீர் ஏற்ற
> பிச்சைக் குறையாகி, என்னுடைய பெய்வளை மேல்
> இச்சை உடையரேல், இத் தெருவே போதாரே? (107)

மேல்மாடிகள், அழகிய மாடங்கள், மதில்கள் உள்ள திருவரங்கத்தில் எழுந்தருளியுள்ள இளமையான அழகுடைய தேவரான எம்பெருமான், பண்டைக்காலத்தில் வாமனனாகச் சென்று தண்ணீரைக் கையிலேந்திப் பெற்ற பிச்சையில் குறையுண்டாகில், அதைத் தீர்க்க என் கைவளையல்மேல் விருப்ப முடையவராகில் இத்தெருவின் வழியே வரமாட்டாரோ?

> பொல்லாக்குறள் உருவாய்ப் பொற்கையில் நீர் ஏற்று
> எல்லா உலகும் அளந்து கொண்ட பெருமாள்
> நல்லார்கள் வாழும் நளிர் அரங்க நாகணையான்
> இல்லோதோம் கைப்பொருளும் எய்துவான் ஒத்து
> உளனே. (108)

குறுகிய வாமன வடிவில் அழகிய கையால் பிச்சையேற்று எல்லா உலகங்களையும் அளந்த எம்பெருமான், திருவரங்கத்தில் பாம்பின்மீது பள்ளி கொண்டுள்ளார். அவர் கைப்பொருள் இல்லாத என் கைப்பொருள் முதலாக உடற்பொருளைக் கொள்ளை கொண்டாரே.

கைப் பொருள்கள் முன்னமே கைக்கொண்டார்,
காவிரி நீர்
செய்ப் புரள ஓடும் திருவரங்கச் செல்வனார்:
எப் பொருட்கும் நின்று ஆர்க்கும் எய்தாது நான்
மறையின்
சொற்பொருளாய் நின்றார் என் மெய்ப்பொருளும்
கொண்டாரே. (109)

வயல்களில் காவிரி நீர் ஓடிப் பாயும் வளம் மிக்க திருவரங்கச் செல்வனார், எல்லாப் பொருள்களிலும் பொதிந்திருந்தது. ஒருவருக்கும் அகப்படாமல் நான்கு வேதங்களின் பொருளாய் விளங்குபவர், ஏற்கெனவே கையிலுள்ள பொருள்களைக் கொண்டதால், இப்போது என் உடலாகிய பொருளையும் கொண்டார்.

உண்ணாது உறங்காது ஒலிகடலை ஊடறுத்துப்
பெண் ஆக்கை யாப்புண்டு தாம் உற்றபோது எல்லாம்
திண்ணார் மதில் சூழ் திருவரங்கச் செல்வனார்;
எண்ணாதே தம்முடைய நன்மைகளே எண்ணுவரே.
(110)

திண்மையான மதில் சூழ்ந்த திருவரங்கச் செல்வனார், சீதையின் மேனியில் கட்டுண்டு, ஒலிக்கும் கடலில் உண்ணாமலும் உறங்காமலும், அணைகட்டித் தான் பட்ட தாழ்ச்சியை மறந்துபோய்த் தன்னுடைய பெருமைகளையே எண்ணுகின்றார்.

ந.முருகேசபாண்டியன்

பாசி தூர்த்துக் கிடந்த பார்மகட்குப் பண்டு ஒரு நாள்
மாசு உடம்பில் நீர் வாரா மானம் இலாப் பன்றி ஆம்
தேசு உடைய தேவர் திருவரங்கச் செல்வனார்
பேசியிருப்பன்கள் பேர்க்கவும் பேராவே. (111)

பண்டைய நாளில் பாசி படர்ந்து கிடந்து, நிலமங்கைக்காக, அழுக்கேறின உடம்புடன் தண்ணீர் ஒழுகும் வெட்கமற்ற பன்றி வடிவம்கொண்ட திருமால் திருவரங்கத்தில் ஒளி திகழ உள்ளார். இவர் முன்னர் பேசிய பேச்சினை மறந்து என்னால் வாழ முடியவில்லை.

கண்ணாலம் கோடித்துக் கன்னிதன்னைக்
கைப்பிடிப்பான்
திண் ஆர்ந்து இருந்து சிசுபாலன் தேசு அழிந்து
அண்ணாந்து இருக்கவே, ஆங்கு அவளைக்
கைப்பிடித்த
பெண்ணாளன் பேணும் ஊர் பேரும் அரங்கமே. (112)

திருமண ஏற்பாடுகளைச் செய்து முடித்து ருக்மிணியைக் கைப்பிடிப்பதாக உறுதியாக எண்ணிக்கொண்டிருந்த சிசுபாலன் ஒளி இழந்து மேலே பார்த்த நேரத்தில், அவளைக் கைப்பிடித்த பெண்ணாளன் எழுந்தருளியுள்ள ஊர் திருவரங்கம் ஆகும்.

செம்மை உடைய திருவரங்கர் தாம் பணித்த
மெய்ம்மைப் பெரு வார்த்தை விட்டுசித்தர்
கேட்டிருப்பர்;
தம்மை உகப்பாரைத் தாம் உகப்பர் என்னும் சொல்
தம்மிடையே பொய்யானால் சாதிப்பார் ஆர்
இனியே? (113)

எல்லாவற்றிலும் செம்மை உடைய திருவரங்கநாதர் அருளிய உண்மையான மொழியைப் பெரியாழ்வார் நன்கு

கேட்டிருப்பார். தம்மை விரும்பியவர்களைத் தாமும் விரும்புவான் என்ற சொல்லை அவனே பொய்யாக்கினால் இனி என் விருப்பத்தினை நிறைவேற்றுவது யார்?

கண்ணனிடம் கொண்டு சேர்க்குமாறு வேண்டுதல்

மற்று இருந்தீர்கட்கு அறியலாகா
    மாதவன் என்பது ஓர் அன்புதன்னை
உற்று இருந்தேனுக்கு உரைப்பது எல்லாம்
    ஊமையரோடு செவிடர் வார்த்தை
பெற்றிருந்தாளை ஒழியவே போய்ப்
    பேர்த்து ஒரு தாய் இல் வளர்ந்த நம்பி
மற் பொருந்தாமற் களம் அடைந்த
    மதுரைப்புறத்து என்னை உய்த்திடுமின். (114)

எனக்கு மாறாக இருக்கும் உங்களால் அறியமுடியாத மாதவன்மீதான என் விருப்பம் குறித்து எனக்கு நீங்கள் சொல்வதெல்லாம் ஊமையும் செவிடனும் கூடிப் பேசிக் கொள்வது போன்றதாகும். பெற்ற தாயான தேவகியை விட்டு, வேறொரு தாயாகிய யசோதையின் வீட்டில் வளர்ந்தவனும், மல்யுத்தக் களத்தில் முன்னரே போய்க் காத்திருப்பவனுமாகிய கண்ணனுடைய மதுரைப்புரத்தில் என்னைக் கொண்டு சேர்த்து விடுங்கள்.

நாணி இனி ஓர் கருமம் இல்லை.
    நால்அயலாரும் அறிந்தொழிந்தார்;
பாணியாது என்னை மருந்து செய்து
    பண்டு பண்டு ஆக்க உறுதிராகில்,

மாணி உருவாய் உலகு அளந்த
மாயனைக் காணில் தலைமறியும்,
ஆணையால் நீர் என்னைக் காக்க வேண்டில்,
ஆய்ப்பாடிக்கே என்னை உய்த்திடுமின். (115)

இனிமேல் வெட்கப்பட்டு ஒரு பயனும் இல்லை. நான்கு பக்கத்திலுள்ள அயலவர்கள் என் நிலையை அறிந்துகொண்டனர். காலம் தாழ்த்தாமல் இதற்கு வேண்டிய மருந்தென்ன என்று கண்டறிந்து என்னை முன்புபோல மாற்ற விரும்பினால், வாமனனாக வந்து உலகளந்தவனான மாயவனைக் கண்டால் இந்நோய் தீரும். நீங்கள் என்னைக் காப்பாற்ற விரும்பினால் ஆயர்பாடிக்குக் கொண்டுபோய்ச் சேர்த்துவிடுங்கள்.

தந்தையும் தாயும் உற்றாரும் நிற்கத்
 தனிவழி போயினாள் என்னும் சொல்லு
வந்த பின்னைப் பழி காப்பு அரிது;
 மாயவன் வந்து உருக் காட்டுகின்றான்;
கொந்தளம் ஆக்கிப் பரக்கழித்துக்
 குறும்பு செய்வான் ஓர் மகனைப் பெற்ற
நந்தகோபாலன் கடைத்தலைக்கே
 நள்இருட்கண் என்னை உய்த்திடுமின். (116)

தந்தை, தாய், உறவினர்களை விட்டுப் பிரிந்து தனியாகப் புறப்பட்டுப் போனாள் என்னும் பழிச்சொல் ஏற்பட்ட பிறகு, அதனைத் தடுப்பது முடியாது. மாயவனான கண்ணன் தனது அழகினைக் காட்டி என்னை இழுக்கிறான். குழப்பமேற்படுத்திக் குறும்பு செய்யும் பிள்ளையைப் பெற்ற நந்தகோபரின் வீட்டு வாயிலில், நள்ளிருளில் என்னைக் கொண்டு போய்ச் சேருங்கள்.

அங்கைத் தலத்திடை ஆழி கொண்டான்
அவன் முகத்து அன்றி விழியேன் என்று

செங்கச்சுக் கொண்டு கண் ஆடை ஆர்த்துச்
    சிறு மானிடவரைக் காணில் நாணும்
கொங்கைத்தலம் இவை நோக்கிக் காணீர்,
    கோவிந்தனுக்கு அல்லால் வாயில் போகா;
இங்குத்தை வாழ்வை ஒழியவே போய்,
    யமுனைக் கரைக்கு என்னை உய்த்திடுமின். (117)

அழகான கையிலே சக்கரத்தை ஏந்தியுள்ள கண்ணன் முகத்தைத் தவிரப் பிறர் முகத்தில் விழிக்கமாட்டேன் என்று, நல்ல கச்சு ஆடையிலே கண்களை மூடிக்கொண்டு வெட்கப்படுகின்ற முலைகளை உற்று நோக்குங்கள். இவை கண்ணனைத் தவிர்த்து மற்றொருவர் வீட்டு வாயிலுக்குப் போகாதவை. எனவே, நான் இங்கு வாழ்வதை ஒழித்து யமுனை ஆற்றங்கரையில் கொண்டுபோய் விட்டுவிடுங்கள்.

ஆர்க்கும் என் நோய் இது அறியலாகாது;
    அம்மனைமீர்! துழதிப் படாதே,
கார்க்கடல் வண்ணன் என்பான் ஒருவன்
    கைகண்ட யோகம் தடவத் தீரும்
நீர்க் கரை நின்ற கடம்பை ஏறிக்
    காளியன் உச்சியில் நட்டம் பாய்ந்து
போர்க்களமாக நிருத்தம் செய்த
    பொய்கைக் கரைக்கு என்னை உய்த்திடுமின். (118)

தாய்மார்களே! என்னுடைய நோயை யாராலும் அறிய இயலாது. கடம்ப மர உச்சியில் ஏறி, காளியன் என்ற பாம்பின் தலையின்மேல் கூத்தாடிய கண்ணன் இருக்கும் குளத்தின் கரைக்கு என்னைக் கொண்டுபோய்ச் சேருங்கள். கடல்போன்ற வண்ணமுடைய கண்ணன், தனது கைகளினால் என்னைத் தடவினால் நோய் நீங்கிவிடும்.

கார்த் தண் முகிலும் கருவிளையும்
காயா மலரும் கமலப் பூவும்.
ஈர்த்திடுகின்றன என்னை வந்திட்டு
இருடீகேசன் பக்கல் போகே என்று;
வேர்த்துப் பசித்து வயிறு அசைந்து
வேண்டு அடிசில் உண்ணும்போ ஈது என்று
பார்த்திருந்து நெடு நோக்குக் கொள்ளும்
பத்தவிலோசனத்து உய்த்திடுமின். (119)

மழைக்காலக் குளிர்ந்த மேகமும், கருவிளைப் பூவும், காயாம் பூவும், தாமரைப் பூவும் என்னை, கண்ணன் அருகில் போ என்று வலியுறுத்துகின்றன. வேர்த்து, பசியினால் வருந்தி, வயிறு தளர்ந்து வேண்டிய உணவு உண்ணவேண்டிய காலம் இதுவென்று முனிவர்களின் வரவை எதிர்பார்த்துக் காத்துக்கொண்டிருக்கின்ற பக்தி விலோசனமென்கிற இடத்தில் என்னைக் கொண்டுபோய்ச் சேருங்கள்.

வண்ணத் திரிவும் மனம் குழைவும்
மானம் இலாமையும் வாய்வெளுப்பும்
உண்ண லுறாமையும் உள் மெலிவும்
ஓத நீர் வண்ண ன் என்பான் ஒருவன்
தண்ணந் துழாய் என்னும் மாலை கொண்டு
சூட்டத் தணியும்; பிலம்பன்தன்னைப்
பண் அழியப் பலதேவன் வென்ற
பாண்டிவடத்து என்னை உய்த்திடுமின். (120)

என் உடலின் நிற மாறுபடும், மனத்தளர்ச்சியும், மானம் இல்லாததன்மையும், வாய் வெளுப்பும், உணவு உண்ணாமையும், மனம் மெலிவும் ஆகிய நிகழ்வுகள் நீங்கிடக் கடல் போன்ற வண்ணமுடைய கண்ணனின் குளிர்ச்சியான துழாய் மாலையைச் சூட்ட வேண்டும். பலதேவன் பிரலம்பாசுரனைக் கொன்ற இடமாகிய

பாண்டீரம் என்னும் ஆலமரத்தடிக்கு என்னைக் கொண்டு போய்ச் சேருங்கள்.

கற்றினம் மேய்க்கிலும் மேய்க்கப் பெற்றான்,
காடு வாழ் சாதியும் ஆகப் பெற்றான்,
பற்றி உரலிடை யாப்பும் உண்டான்,
பாவிகாள்! உங்களுக்கு ஏச்சுக் கொலோ?
கற்றன பேசி வசவு உணாதே.
காலிகள் உய்ய மழை தடுத்துக்
கொற்றக் குடையாக ஏந்தி நின்ற
கோவர்த்தனத்து என்னை உய்த்திடுமின். (121)

கண்ணன் கன்றுகளின் மந்தையை மேய்ப்பதைத் தொழிலாகக் கொண்டவன்; காட்டில் தங்கி வாழும் இடையர் சாதியில் பிறந்தவன். வெண்ணெயைத் திருடும்பொழுது பிடிபட்டு உரலில் கட்டப்பட்டான். இச்செயல்கள் பாவிகளான உங்களால் பழிக்கும்படி ஆயிற்று. நீங்கள் கற்றவற்றைப் பேசி என்னிடம் வசவு கேட்காமல், பசுக்கள் பிழைக்குமாறு மழையைத் தடுத்துநிறுத்தக் கொற்றக்குடையாகக் கண்ணனால் தூக்கப்பட்ட கோவர்த்தன மலையருகில் என்னைச் சேருங்கள்.

கூட்டில் இருந்து கிளி எப்போதும்
கோவிந்தா! கோவிந்தா! என்று அழைக்கும்;
ஊட்டக் கொடாது செறுப்பனாகில்
உலகு அளந்தான் என்று உயரக் கூவும்;
நாட்டில் தலைப்பழி எய்தி உங்கள்
நன்மை இழந்து தலையிடாதே,
சூட்டு உயர் மாடங்கள் சூழ்ந்து தோன்றும்
துவராபதிக்கு என்னை உய்த்திடுமின். (122)

நான் வளர்த்த கிளி எப்பொழுதும் கூட்டிலிருந்து கொண்டு கோவிந்தா! கோவிந்தா! எனக் கூவி அழைக்கும். உணவு கொடுக்காமல் தடுத்தால் 'உலகளந்தான்' என்று உரக்கக் கூவும். நாட்டில் பழியை அடைந்து உங்களுடைய நற்பெயரையும் கெடுத்து ஒருவரும் தலைகவிழ்ந்து நிற்க வேண்டாதபடி, என்னை உயர்ந்த மாடங்கள் எங்கும் சூழ்ந்திருக்கும் துவாரகைக்குக் கொண்டுசேருங்கள்.

மன்னு மதுரை தொடக்கமாக
வண் துவராபதிதன் அளவும்
தன்னைத் தமர் உய்த்துப் பெய்ய வேண்டித்
தாழ்குழலாள் அணிந்த துணிவை,
பொன் இயல் மாடம் பொலிந்து தோன்றும்
புதுவையர்கோன் விட்டுசித்தன் கோதை
இன்னிசையால் சொன்ன செஞ்சொல் மலை
ஏத்தவல்லார்க்கு இடம் வைகுந்தமே. (123)

பொன் போன்ற மாடங்கள் பொலிந்து விளங்கிடும் திருவில்லிப்புத்தூர் நகரில் பெரியாழ்வாரின் மகளான தாழ்ந்த கூந்தலையுடைய ஆண்டாள், தனது உறவினர்கள் மதுரை தொடங்கி துவாரகை வரையிலான திருத்தலங்களுக்குத் தன்னைக் கொண்டு சேர்க்குமாறு இன்னிசையால் சொன்ன பாடல்களைப் பாட வல்லார் நிச்சயம் வைகுந்தத்தை வாழும் இடமாகப் பெறுவர்.

கண்ணனுடைய பொருட்களைக் கொண்டு தனது காதல் நோயைத் தணிக்க வேண்டுதல்

கண்ணன் என்னும் கருந்தெய்வம்
காட்சிப் பழகிக் கிடப்போனைப்
புண்ணிற் புளிப்பெய்தாற் போலப்
புறம் நின்று அழகு பேசாதே,
பெண்ணின் வருத்தம் அறியாத
பெருமான் அரையில் பீதக
வண்ண ஆடை கொண்டு என்னை
வாட்டம் தணிய வீசீரே. (124)

கண்ணன் என்னும் கரிய தெய்வக் காட்சியிலே பழகிக் கிடக்கிற என்னை புண்ணிலே புளிச்சாற்றினை ஊற்றுவதுபோல, புறம்பேசிப் பழிக்காதீர். பெண்ணின் வருத்தத்தை அறியாத கண்ணனுடைய இடுப்பிலுள்ள பொன்னாடையைக் கொண்டு என்னுடைய காதல் நோய் தீருமாறு என்மீது போர்த்துங்கள்.

பால் ஆலிலையில் துயில் கொண்ட
பரமன்வலைப்பட்டு இருந்தேனை
வேலால் துன்னம் பெய்தாற்போல்
வேண்டிற்று எல்லாம் பேசாதே,
கோலால் நிரைமேய்த்து ஆயனாய்க்
குடந்தைக் கிடந்த குடம் ஆடி

நீலார் தண்ணந் துழாய் கொண்டு என்
    நெறி மென்குழல்மேல் சூட்டீரே.   (125)

பால் பாயும் ஆலிலையில் துயில்கின்ற கண்ணனின் வலையிலே அகப்பட்டுள்ள என்னை, வேலினால் துளைப்பதுபோல, உங்களுக்குத் தோன்றும்படியெல்லாம் பேசாதீர்கள். கையில் கோலுடன் பசுக்கூட்டங்களை மேய்த்த இடையனாய், குடந்தையில் பள்ளி கொண்டுள்ளவனாய், குடக்கூத்தாடின கண்ணனுடைய குளிர்ச்சியான துழாயினைக் கொண்டு என்னுடைய மென்மையான கூந்தலில் சூட்டுங்கள்.

கஞ்சைக் காய்ந்த கருவில்லி
    கடைக்கண் என்னும் சிறைக்கோலால்
நெஞ்சு ஊடுருவ வேவுண்டு
    நிலையும் தளர்ந்து நைவேனை
அஞ்சேல் என்னான்; அவன் ஒருவன்
    அவன் மார்பு அணிந்த வனமாலை
வஞ்சியாதே தருமாகில்
    மார்விற் கொணர்ந்து புரட்டீரே.   (126)

கம்சனைக் கொன்ற, கரிய வில்லைப் போன்ற புருவமுடைய கண்ணனின் கடைக்கண்ணாம் சிறகுடைய அம்பினாலே, ஊடுருவப் பெற்ற என் இதயம் முழுவதும் வெந்து புண்ணாகிப் போய் நிலைதளர்ந்தேன். இத்தகைய என்னைப் பார்த்து 'வருந்தாதே' என்று சொல்லாத அப்பெருமான், தன்னுடைய மார்பில் அணிந்துள்ள துளசி மாலையை மோசம் செய்யாமல் கொடுத்தானாகில், அம்மாலையை என் மார்பில் போட்டுப் புரட்டுங்கள்.

ஆரே உலகத்து ஆற்றுவார்?
    ஆயர்பாடி கவர்ந்து உண்ணும்
காரேறு உழக்க உழக்குண்டு

தளர்ந்தும் முறிந்தும் கிடப்பேனை
ஆராவமுதம் அனையான் தன்
அமுத வாயில் ஊறிய
நீர்தான் கொணர்ந்து புலராமே
பருக்கி இளைப்பை நீக்கீரே.   (127)

ஆயர்பாடியிலுள்ளோரைத் தனது செயல்களினால் கவர்ந்திடும் கறுத்த காளையான கண்ணன், என் மனத்தைக் கவர்ந்து துன்புறுத்துவதால், நான் தளர்ச்சியடைந்து நலிவடைந்தேன். இவ்வுலகில் எனக்குத் தேறுதல் கூறி ஆற்றுகிறவர் யாருண்டு? தெவிட்டாத அமுதம் போன்ற கண்ணனின் அமுத வாயில் ஊறிய நீரைக் கொண்டுவந்து நான் பருகும்படி செய்து, என் மெலிவைப் போக்குங்கள்.

அதிலும் தொழிலும் உருக் காட்டான்;
அஞ்சேல் என்னான்; அவன் ஒருவன்
தழுவி முழுசிப்புகுந்து என்னைச்
சுற்றிச் சுழன்று போகானால்;
தழையின் பொழில்வாய் நிரைப் பின்னே
நெடுமால் ஊதி வருகின்ற
குழலின் தொளைவாய் நீர் கொண்டு
குளிர முகத்துத் தடவீரே.   (128)

அழுதாலும் தொழுதாலும் அவன் தன்னுடைய வடிவத்தை எனக்குக் காட்ட மாட்டான்; 'பயப்படாதே' என்றும் சொல்லாதவன். அவன் என்னை நெருக்கி அணைத்து, சுற்றிலும் வளைத்துக்கொண்டு போகாமல் இருக்கிறானே! சோலையில் பசுக் கூட்டத்திற்குப்பின்னே கண்ணன் ஊதிக்கொண்டு வருகின்ற புல்லாங்குழலின் துளைகளில் உண்டாகின்ற இசைநீரைக் கொண்டு வந்து என் முகத்திலே குளிர்ச்சியாகத் தெளியுங்கள்.

நடை ஒன்று இல்லா உலகத்து
நந்தகோபன் மகன் என்னும்
கொடிய கடிய திருமாலால்
குளப்புக்கூறு கொளப்பட்டு
புடையும் பெயரகில்லேன் நான்;
போழ்க்கன் மிதித்த அடிப்பாட்டில்
பொடித்தான் கொணர்ந்து பூசீர்கள்
போகா உயிர் என் உடம்பையே. (129)

நன்னெறி எதுவுமற்ற இவ்வுலகில், நந்தகோபன் என்னும் பெயர்பெற்ற இரக்கமற்ற, தன்னலம் பேணும் திருமாலினால், மெல்லியளான நான் மிகவும் துயரமடைந்து அங்குமிங்கும் அசைந்திட இயலாமல் இருக்கிறேன். குணக்கேடனான அக்கண்ணனின் திருவடி மிதித்த இடத்திலிருக்கும் பாதத்தூளியையாவது, பிரியாத உயிரையுடைய என் உடலில் பூசுங்கள்.

வெற்றிக் கருளக் கொடியான்தன்
மீமீது ஆடா உலகத்து
வெற்ற வெறிதே பெற்ற தாய்
வேம்பே ஆக வளர்த்தாளே;
குற்றம் அற்ற முலைதன்னைக்
குமரன் கோலப் பணைத்தோளோடு
அற்ற குற்றம் அவை தீர
அணைய அமுக்கிக் கட்டீரே. (130)

கருடனை வெற்றிக்கொடியாகக் கொண்ட திருமாலின் ஆணையை மீற இயலாத இவ்வுலகில் தாயான யசோதை, ஒருவருக்கும் பயனின்றி கண்ணனை வேப்பங்காய்போல் கசக்கும்படி வளர்த்துவிட்டாள். குற்றமற்ற என் முலைகளை இளைஞனான அவனுடைய அழகிய தோள்களுடன் சேரத் தழுவுமாறு செய்து, அற்றுத் தீர்ந்த குற்றம் தீரும்படி செய்யுங்கள்.

உள்ளே உருகி நைவேனை
உளளோ இலளோ என்னாத
கொள்ளை கொள்ளிக் குறும்பனைக்
கோவர்த்தனைக் கண்டக்கால்,
கொள்ளும் பயன் ஒன்று இல்லாத
கொங்கைதன்னைக் கிழங்கோடும்
அள்ளிப் பறித்திட்டு அவன் மார்பில்
எறிந்து என் அழலைத் தீர்வேனே. (131)

மனத்துக்குள்ளேயே உருகி வருந்துகின்றவளைப் பற்றி, இருக்கின்றாளோ, செத்தாளோ? என்று எண்ணாதவனாய், பெண்களிடத்தில் குறும்பு செய்கின்ற கண்ணனைக் கண்டால், அவனால் நுகரப்படாத என் முலைகளை வேரோடு அள்ளிப் பறித்து, அவனுடைய மார்பில் வீசியெறிந்து என் கோபத்தைத் தணித்துக் கொள்வேன்.

கொம்மை முலைகள் இடர் தீரக்
கோவிந்தற்கு ஓர் குற்றேவல்
இம்மைப் பிறவி செய்யாதே
இனிப் போய்ச் செய்யும் தவம்தான் என்ன?
செம்மை உடைய திருமார்பில்
சேர்த்தானேனும், ஒரு ஞான்று
மெய்ம்மை சொல்லி முகம் நோக்கி
விடைதான் தருமேல் மிக நன்றே. (132)

என் கிளர்ந்து பருத்த முலைகளின் குமைச்சல் தீரக் கண்ணனுடன் அழுந்திக் கிடக்கின்ற சிறிய செயலை இப்பிறவியில் செய்யாமல், இனிமேல் செய்யக்கூடிய தவம்தான் என்ன பெருமையுடையது? செம்மையான தன் மார்பில் என்னை அவன் சேர்த்துக்கொண்டால் நல்லது; ஒரு நாளாவது என் முகம் பார்த்து, உண்மை பேசி, வேண்டாம் என்று எனக்கு விடைதந்தாலும் அது மிக நல்லது.

அல்லல் விளைத்த பெருமானை ஆயர்பாடிக்கு
அணிவிளக்கை
வில்லி புதுவைநகர் நம்பி விட்டு சித்தன் வியன்
கோதை
வில்லைத் தொலைத்த புருவத்தாள் உற்று மிக
விரும்பும்
சொல்லைத் துதிக்க வல்லார்கள் துன்பக்கடலுள்
துவளாரே. (133)

திருவில்லிப்புத்தூர் பெரியாழ்வாரின் மகளான ஆண்டாள் வில்லைத் தோற்கடிக்கும் புருவமுடையவள். குறும்புகள் செய்த பெருமானாய், ஆயர்பாடிக்கு அழகிய விளக்காக விளங்கும் கண்ணன்மீது விருப்பம் கொண்டு அவள் பாடிய பாடல்களைப் பாடித் துதிக்க வல்லார், துன்பக் கடலில் தத்தளிக்கமாட்டார்கள்.

பிருந்தாவனத்தில் கண்ணனைக் கண்டது கூறல்

பட்டி மேய்ந்து ஓர் காரேறு பலதேவற்கு ஓர்
 கீழ்க்கன்றாய்
இட்டீறு இட்டு விளையாடி இங்கே போதக் கண்டீரே?
இட்டமான பசுக்களை இனிது மறித்து நீர் ஊட்டி
விட்டுக் கொண்டு விளையாட பிருந்தாவனத்தே
 கண்டோமே. (134)

பலராமனுக்கு ஒப்பற்ற தம்பியாகக் காவல் இல்லாமல் விருப்பம்போல் மகிழ்ச்சியுடன் கறுத்த காளையான கண்ணன் விளையாடி வருவதைக் கண்டீர்களா? தனக்கு விருப்பமான பசுக்களை வயிறார மேய்த்து, தண்ணீர் குடிப்பித்து குழலூதி விளையாடுவதை நாங்கள் பிருந்தாவனத்தில் கண்டோம்.

அனுங்க என்னைப் பிரிவு செய்து ஆயர்பாடி
 கவர்ந்து உண்ணும்
குணுங்கு நாறிக் குட்டேற்றைக் கோவர்த்தனைக்
 கண்டீரே?
கணங்களோடு மின் மேகம் கலந்தாற் போல,
 வனமாலை
மினுங்க நின்று விளையாட பிருந்தாவனத்தே
 கண்டோமே. (135)

ஆயர்பாடியைத் தனது குறும்பினால் கவர்ந்தவன். வெண்ணெய் நாற்றமுடைய காளை போன்ற கோவர்த்தனனைக் கண்டீர்களா? மின்னலும் மேகமும் கலந்ததுபோலத் தன் தோழர்களுடன் சேர்ந்திருந்து, உடம்பில் துழாய் மாலை தவழ்ந்தாட பிருந்தாவனத்தில் விளையாடக் கண்டோம்.

மாலாய்ப் பிறந்த நம்பியை மாலே செய்யும்
மணாளனை
ஏலாப் பொய்கள் உரைப்பானை இங்கே போதக்
கண்டீரே?
மேலால் பரந்த வெயில் காப்பான் வினதை சிறுவன்ச்
சிறகு என்னும்
மேலாப்பின் கீழ் வருவானை பிருந்தாவனத்தே
கண்டோமே. (136)

அன்பையே வடிவாகக் கொண்டு பிறந்ததோ என்னும்படியாக அன்பையே காட்டும் மணவாளனாய், பொருத்தமற்ற பொய்களைச் சொல்லும் கண்ணனை இங்கே போகக் கண்டீர்களோ? மேலே பரவின வெயிலைத் தடுக்கும் வினதை புதல்வன் கருடன்கீழ் எழுந்தருளி இருப்பவனை பிருந்தாவனத்தில் கண்டோம்.

கார்த்தண் கமலக் கண் என்னும் நெடுங்கயிறு
படுத்தி என்னை
ஈர்த்துக் கொண்டு விளையாடும் ஈசன் தன்னைக்
கண்டீரே?
போர்த்த முத்தின் குப்பாயப் புகர் மால் யானைக்
கன்றேபோல்
வேர்த்து நின்று விளையாட பிருந்தாவனத்தே
கண்டோமே. (137)

கறுத்த மேகத்தில் குளிர்ந்த தாமரைக் கண்களாகிய காதல் கயிற்றில் என்னைக் கட்டி இழுத்துக்கொண்டுபோய் விளையாடும் இறைவனைக் கண்டீர்களா? முத்துச் சட்டையை அணிந்து, ஒளிமிக்க பெரிய யானைக்குட்டிபோல் வேர்வையுடன் விளையாடும் கண்ணனை பிருந்தாவனத்தில் கண்டோம்.

மாதவன் என் மணியினை வலையிற் பிழைத்த
                                பன்றிபோல்
ஏதும் ஒன்றும் கொளத் தாரா ஈசன்தன்னைக்
                                கண்டீரே?
பீதகஆடை உடை தாழ, பெருங் கார்மேகக்
                                கன்றே போல்,
வீதி ஆர வருவானை பிருந்தாவனத்தே
                                கண்டோமே. (138)

மணி போன்ற என் மாதவனின் வலையிலிருந்து தப்பியோடிய காட்டுப்பன்றி போல், ஒருவருக்கும் எதுவும் கொடுக்காமல், எல்லாம் தன்னுடையதாக்கிக் கொள்ளும் கண்ணனைக் கண்டீரோ? பொன்னாடை தாழ்ந்து விளங்கக் கீழிறங்கி, கறுத்த குட்டிமேகம் போல வீதியிலே வருகின்றவனை பிருந்தாவனத்தில் கண்டோம்.

தருமம் அறியாக் குறும்பனைத் தன் கைச்
                                சார்ங்கம் அதுவேபோல்
புருவ வட்டம் அழகிய பொருத்தம் இலியைக் கண்டீரே?
உருவு கரிதாய் முகம் செய்தாய் உதயப்
                                பருப்பதத்தின் மேல்
விரியும் கதிரே போல்வானை விருந்தாவனத்தே
                                கண்டோமே. (139)

இரக்கம் என்பதனை அறியாமல் குறும்பு செய்கிறவனாய், தன் கையிலுள்ள சாரங்க வில்லினைப் போன்ற புருவங்களால் அழகுபெற்றவனாய், அவ்வழகினைப்

பிறருக்குக் கொடுத்து நுகரப்பெறாதவனாய் இருக்கும் கண்ணனைக் கண்டீர்களா? அதிகாலையில் மலையின்மீது விரிகின்ற கதிரவன்போல, கறுத்தமேனியில் செம்மையான முகம்பெற்ற கண்ணனை பிருந்தாவனத்தில் கண்டோம்.

பொருத்தம் உடைய நம்பியைப் புறம்போல்
உள்ளும் கரியானைக்
கருத்தைப் பிழைத்து நின்ற அக் கரு மா
முகிலைக்கண்டீரே?
அருத்தித் தாராகணங்களால் ஆரப் பெருகும்
வானம் போல்,
விருத்தம் பெரிதாய் வருவானைப்பிருந்தாவனத்தே
கண்டோமே. (140)

பொருத்தம் உடைய தலைவனாய், உடல்போல் உள்ளமும் கறுத்து, நான் கருதும் எண்ணத்திலிருந்து தப்பி நிற்பவனைக் கறுத்துப் பெருத்த மழைமேகம் போன்ற கண்ணனைக் கண்டீர்களோ! விண்மீன் கூட்டங்களால் நிறைந்துள்ள வானவெளிபோல, தோழர்கள் கூட்டத்துடன் வருகின்றவனை பிருந்தாவனத்தில் கண்டோம்.

வெளிய சங்கு ஒன்று உடையானைப் பீதக ஆடை
உடையானை
அளி நன்கு உடைய திருமாலை ஆழியானைக்
கண்டீரே?
களி வண்டு எங்கும் கலந்தாற் போல் கமழ்
பூங்குழல்கள் தடந்தோள் மேல்
மிளிர நின்று விளையாட பிருந்தாவனத்தே
கண்டோமே. (141)

வெண்மையான சங்கு உடையவனை, பொன்னாடை போர்த்தியிருப்பவனை, நன்கு அருள்கின்றவனை, கையில் சக்கரமுடைய திருமாலைக் கண்டீர்களோ? மதுவைக் குடித்துக் களிக்கும் வண்டுகள் கலந்தாற்போல, தோழர்கள்

கூட்டத்துடன் வருகின்றவனை பிருந்தாவனத்தில் விளையாடிடக் கண்டோம்.

> நாட்டைப் படை என்று அயன் முதலாத் தந்த
> நளிர் மாமலர் உந்தி
> வீட்டைப் பண்ணி விளையாடும் விமலன்தன்னைக்
> கண்டீரோ?
> காட்டை நாடித் தேனுகனும் களிறும் புள்ளும்
> உடன் மடிய
> வேட்டையாடி வருவானை விருந்தாவனத்தே
> கண்டோமே. (142)

உலகங்களைப் படைப்பதற்காகப் பிரம்மன் முதலானவரைப் படைத்துக் குளிர்ந்த தாமரை மலரைக் கொப்பூழில் வீடாக உண்டாக்கிப் படைத்தல், காத்தல் முதலியவற்றை விளையாட்டாகக் கொண்ட விமலனைக் கண்டீரோ? தேனுகன், யானை, பறவை ஆகியன உடன் மடியும்படி வேட்டையாடி வருபவனை பிருந்தாவனத்தில் கண்டோம்.

> பருந்தாள்களிற்றுக்கு அருள் செய்த
> பரமன்தன்னைப் பாரின்மேல்
> பிருந்தாவனத்தே கண்டமைவிட்டு சித்தன்
> கோதை சொல்
> மருந்தாம் என்று நம் மனத்தே வைத்துக்கொண்டு
> வாழ்வார்கள்
> பெருந்தாள் உடைய பிரான் அடிக்கீழ் பிரியாது
> என்றும் இருப்பாரே. (143)

பருத்த கால்களையுடைய யானைக்கு அருளிய பரமனான திருமாலை இவ்வுலகிலுள்ள பிருந்தாவனத்திலே கண்டதைப் பற்றிப் பெரியாழ்வாரின் மகளான ஆண்டாள் பாசுரங்களாகப் பாடினாள். அவற்றைப் பிறவிநோய்க்கு

மருந்தாகத் தம்முடைய மனத்தில்கொண்டு வாழ்பவர்கள் திருமாலின் திருவடிகளில் பொருந்தி அவனை என்றும் பிரியாமல் இருப்பார்கள்.

●